ദീപാങ്കുരന്റെ പാഠപുസ്തകം

Deepamgurante Padapusthakam
Childrens Literature

Dineshan Kannapuram

CHINTHA PUBLISHERS
Thiruvananthapuram

First Edition
May 2023

Published & Typesetting
Chintha Publishers, Thiruvananthapuram

Cover Design
Vinod Mangoes

ISBN : 978-81-19131-33-4

CO - 3288 / 6536

Email: chinthapublishers@gmail. com
Website: www. chinthapublishers. com

A version is available at National Libraries
Kolkata, Mumbai, Chennai and Delhi

Distribution
DESHABHIMANI BOOKHOUSE
H O Thiruvananthapuram 695035

Branch
Head Office Kunnukuzhi • Statue Thiruvananthapuram
KSRTC Bus Terminal Thampanoor • Saphalyam Complex Thiruvananthapuram
KSRTC Bus Station Alappuzha • KSRTC Bus Station Ernakulam
Machingal Lane Thrissur • IG Road Kozhikode
Mavoor Road Kozhikode • NGO Union Building Kannur
Central Bus Terminal Complex Thavakkara Kannur

ദീപാങ്കുരന്റെ പാഠപുസ്തകം

ദിനേശൻ കണ്ണപുരം

ചിന്ത പബ്ലിഷേഴ്സ്
തിരുവനന്തപുരം-695 035

ദിനേശൻ കണ്ണപുരം

കണ്ണൂർ ജില്ലയിലെ കണ്ണപുരത്ത് പറമ്പത്ത് നാരായണൻ മാസ്റ്ററുടെയും കെ സി ലീലയുടെയും മകനായി ജനനം. കഥ, കുട്ടികളുടെ നോവൽ, ലേഖനം, റേഡിയോ നാടകം, ഗാനങ്ങൾ തുടങ്ങിയവ രചിച്ചിട്ടുണ്ട്. ചെറുകഥയ്ക്ക് സംസ്ഥാനതലത്തിൽ പുരസ്കാരങ്ങൾ നേടിയിട്ടുണ്ട്.

കൃതികൾ: *സ്നേഹച്ചരടിലെ മണിമുത്തുകൾ*, *കൃഷിക്കൂട് ഒരുക്കും കിളി* (നോവൽ), *അവർ അടയാളപ്പെടുത്തുന്നത് ഇങ്ങനെയൊക്കെയാണ്* (കഥാസമാഹാരം), *പാഠം ഒന്ന് പരിസ്ഥിതി* (ബാലനോവൽ).

ഭാര്യ	:	ഗീത
മകൾ	:	അനുപ്രിയ
വിലാസം	:	പറമ്പത്ത്, പി ഒ മൊട്ടമ്മൽ കണ്ണൂർ–670331
ഫോൺ	:	9744382284

പ്രസാധകക്കുറിപ്പ്

ദീപാങ്കുരൻ എന്ന സ്കൂൾ വിദ്യാർത്ഥി ആത്മകഥ എഴുതുന്നു. കേവലം ഒരു വിദ്യാർത്ഥിയുടെ സ്കൂൾ അനുഭവങ്ങൾ എന്നതിനപ്പുറത്ത് മനുഷ്യജീവിതത്തിന്റെ വിവിധ അർത്ഥതലങ്ങളിലേക്ക് ആ കഥയെത്തുന്നു. അത്തരമൊരാഖ്യാനമാണ് ഈ കൃതി. ഒട്ടനവധി അറിവുകൾ പങ്കുവെക്കുന്ന *ദീപാങ്കുരന്റെ പാഠപുസ്തകം* എന്ന കൃതി കുട്ടികൾക്കായി സമർപ്പിക്കുന്നു.

ചിന്ത പബ്ലിഷേഴ്സ്

ഒന്ന്

മഴ നനഞ്ഞ പ്രഭാതം. ദീപാങ്കുരൻ കിടക്കവിട്ട് എഴുന്നേറ്റ് കോലായിലേക്ക് വന്നു. കിഴക്കൻ കാറ്റിന് നല്ല തണുപ്പുണ്ട്. കറുത്ത കട്ടിക്കമ്പിളിപ്പുതപ്പിനകത്ത് അമ്മയുടെ ഗർഭപാത്രത്തിലെന്നപോലെ ചുരുണ്ടുകൂടി സുഖിച്ചു കിടക്കേണ്ട നേരം. പക്ഷേ, ശീലം അതല്ല. അച്ഛനോടൊപ്പം പ്രഭാത നടത്തം തുടങ്ങിയിട്ട് കാലം മൂന്നു കഴിഞ്ഞു. നാലാം ക്ലാസിലെ വർഷാവസാന പരീക്ഷ കഴിഞ്ഞപ്പോൾ തുടങ്ങിയതാണ് അച്ഛന്റെ കൂടെയുള്ള ഈ പ്രഭാത നടത്തം.

പ്രകൃതി തരുന്ന ഏറ്റവും മനോഹരമായ അനുഭവം എന്നു പറയുന്നത് പ്രഭാതത്തിലുള്ള ഇറങ്ങി നടത്തമാണെന്ന് അച്ഛൻ പഠിപ്പിച്ചിട്ടുണ്ട്. ഓരോ ദിവസവും ഓരോ പാഠപുസ്തകമാണ്. മനസ്സ് എഴുതിയാലും എഴുതിയാലും തീരാത്തൊരു വലിയ പുസ്തകമായതുകൊണ്ട് ഓരോ ദിനാന്തക്കുറിപ്പും വലിയ അക്ഷരത്തിൽ കുറിച്ചിടാൻ നല്ല രസമാണ്.

മനസ്സിൽ എഴുതി സൂക്ഷിക്കുന്നത് ഓർമ്മശക്തിയെ വർദ്ധിപ്പിക്കുമെന്നാണ് അച്ഛൻ പറഞ്ഞുതന്നത്. അച്ഛനെ അനുസരിക്കുമ്പോഴും മനസ്സിലെ എഴുത്ത് ഞാൻ കാച്ചിക്കുറുക്കി ഡയറിയിലെ ഓരോ താളുകളിലും ഒറ്റവരിയിൽ തലക്കെട്ടുപോലെ രേഖപ്പെടുത്തിവെക്കും. ആത്മകഥയ്ക്ക് ഒരു ആമുഖം പോലെ.

മൂന്ന് വർഷമായി ഈ അനുഭവക്കുറിപ്പ് ഞാൻ രേഖപ്പെടുത്താൻ തുടങ്ങിയിട്ട്. ആരംഭം തൊട്ടുള്ള ആ ഓരോ അനുഭവക്കുറിപ്പ് വായിക്കുമ്പോഴും മനസ്സും ഡയറിക്കുറിപ്പുകളും തരുന്ന സ്മരണകൾക്ക് കൂട്ടെഴുത്താവാൻ എന്തെന്തു ഭാവനാവചനങ്ങളാണ് ഏകാന്തമായ എന്റെ നിമിഷങ്ങളിൽ വന്നുചേരുന്നത്.....

എന്റെ ബാല്യം എന്റെ ആത്മകഥയിലെ ഏറ്റവും മനോഹരമായൊരു അദ്ധ്യായമായിരിക്കും തീർച്ച.

ദീപാങ്കുരന്റെ മുഖത്ത് പുഞ്ചിരി നിറഞ്ഞു.

പ്രകാശൻ മാഷ് പ്രഭാത സവാരിക്ക് റെഡിയാവുകയാണ്.

ദീപാങ്കുരന്റെ അച്ഛനാണ് പ്രകാശൻ മാഷ്. അദ്ദേഹം കോലായിലേക്ക് വന്നപ്പോൾ ദീപാങ്കുരൻ എറയത്തെ വാതിലിന്റെ താഴത്തെ പാതി പതിയെ ചാരി കുറ്റിയിട്ട ശേഷം അച്ഛന്റെ പിന്നാലെ മുറ്റത്തേക്ക് ഇറങ്ങി.

“അമ്മേ.... ഞങ്ങൾ ഇറങ്ങീട്ടോ....”

ദീപാങ്കുരൻ ഉറക്കെ പറഞ്ഞു. ദീപാങ്കുരന്റെ അമ്മ ആത്മജ ടീച്ചർ അപ്പോൾ അടുക്കളപ്പുറത്തെ വാഴച്ചോട്ടിൽ കുത്തിയിരുന്ന് തലേ ദിവസം രാത്രി കഴുകാതെ മാറ്റിവെച്ച പാത്രങ്ങൾ വെണ്ണീരിൽ ചകിരി തൊട്ടെടുത്ത് തേച്ച് കഴുകി വൃത്തിയാക്കുകയായിരുന്നു.

ദീപാങ്കുരൻ അമ്മയുടെ മറുപടിക്കൊന്നും കാത്തുനിന്നില്ല. അവൻ അച്ഛന്റെ കൂടെ എത്താൻ മുറ്റം കടന്ന് നടപ്പാതയിലൂടെ ചെറിയൊരു ഓട്ടം വെച്ചുകൊടുത്തു. അതാണ് അവന്റെ പതിവ്.

ദിവസവും ഒറ്റ വഴിയിലൂടെയല്ല അവരുടെ നടത്തം. റൂട്ട് മാപ്പിൽ നാലു ദേശങ്ങളുണ്ട്. പടിഞ്ഞാറൻ ദേശത്താണ് ആനപ്പാറഗുഹ. തെക്കുമ്പാട് കടവിലേക്ക് പോകുന്ന വഴി ചമതക്കാട്ടിനടുത്താണ് ചരിത്രശില്പമായ ആനപ്പാറഗുഹ. തെക്കൻ ദേശത്താണ് മുതലക്കുളം. മരമില്ലും കഴിഞ്ഞ് ചൈനാക്ലേ കമ്പനിയും പിന്നിട്ടാൽ മുതലക്കുളമായി. വടക്കൻ ദേശത്താണ് കുറുവക്കാട്. കാരക്കുന്ന് പിന്നിട്ടാൽ പാടിയിൽ പുഴയുടെ അരികിലാണ് കുറുവക്കാട്. കിഴക്കൻ ദേശത്തുള്ളത് നീലിയാർ കാടാണ്. പള്ളിവയലും കഴിഞ്ഞ് വള്ളിത്തോട്ടിനടുത്താണ് നീലിയാർ കാട്.

ഈ പ്രധാന ഇടങ്ങളിലൊക്കെ എത്താൻ ഇവർക്ക് ഉപവഴികൾ ധാരാളമുണ്ട്. ഓരോ ഉപവഴികളും അറിവിന്റെ ഒന്നിലധികം സൂക്ഷ്മ കേന്ദ്രങ്ങളാണെന്നാണ് പ്രകാശൻ മാഷ് മകനെ പഠിപ്പിച്ചിട്ടുള്ളത്.

ഒരിക്കൽ പ്രഭാത സവാരിക്കിടയിൽ പ്രകാശൻ മാഷ് തന്റെ മകനോട് പറഞ്ഞത് ഇങ്ങനെയാണ്:

“ദീപൂ...നമ്മൾ നടന്ന് നടന്ന് ശരീരം വിയർക്കുമ്പോഴും കൂടെ ഓരോരോ കാഴ്ചയിലൂടെ കണ്ട് കണ്ട് മനസ്സ് നിറയ്ക്കാനും പഠിക്കണം. അതിന് വേണ്ടത് സൂക്ഷ്മമായ നിരീക്ഷണമാണ്. സൂക്ഷ്മ നിരീക്ഷണത്തിലൂടെ മനസ്സിൽ ചേർത്തുവെക്കുന്നത് പിന്നീട് നമുക്ക് ഉത്സാഹത്തോടെ എടുത്ത് പ്രയോഗിക്കാൻ കഴിയും. മോനോട് അച്ഛനൊരു ചോദ്യം ചോദിക്കട്ടെ. ചോദ്യം ലളിതമാണ്. മോൻ കൊച്ചു ഉറുമ്പുകളെ ധാരാളം കണ്ടിട്ടുണ്ടല്ലോ. ഒരു ഉറുമ്പിന്റെ ബാഹ്യരൂപം എങ്ങനെയാണ് വരയ്ക്കുക?. മോനൊന്ന് പറഞ്ഞെ?. അറിയോന്ന് നോക്കട്ടെ.”

ദീപാങ്കുരൻ അപ്പോ ചിരിച്ചുകൊണ്ട് പറഞ്ഞു:

“അച്ഛാ...ഉത്തരം എത്ര എളുപ്പമാണ്. തലയും ഉടലും വരച്ചാ പിന്നെ ഉടലിനോട് ചേർത്ത് മൂന്ന് ജോഡി കാല് വരയ്ക്കണം. കൂടെ തലയിൽ രണ്ടു കൊമ്പും. ചെവിയില്ലാത്തതുകൊണ്ട് കണ്ണും മൂക്കും വായയും വരച്ച് ചേർത്താൽ പിന്നെ ഉറുമ്പിന്റെ പൂർണ്ണരൂപം ആയില്ലേ. ശരിയല്ലെ അച്ഛാ.”

പ്രകാശൻ മാഷ് നിഷേധഭാവത്തിൽ തലയാട്ടിക്കൊണ്ട് പറഞ്ഞു:

“ദീപു...നിന്റെ ഉത്തരം പൂർണ്ണമായും ശരിയല്ല. ഉറുമ്പിനെ സൂക്ഷ്മമായി നിരീക്ഷിച്ചാൽ നിനക്ക് കാണാൻ പറ്റും അതിന്റെ വായ ഞണ്ടിന്റെ കാലുപോലെയും രണ്ട് മടക്കുകളുള്ള കാലിന്റെ അറ്റം ബ്രഷുപോലെയും ആണെന്ന്. പിന്നെ ഉടലിനോട് ചേർന്നല്ല മൂന്ന് ജോഡി കാലുകൾ ഉള്ളത്. നെഞ്ചിനോട് ചേർന്നാണ്. തീറ്റയെടുത്ത് കഴിഞ്ഞാൽ ഉറുമ്പിന്റെ ഉടൽ കാണാൻ നല്ല ചന്താ. ഊതിവീർപ്പിച്ച ഒരു ബലൂണുപോലെ ഇരിക്കും അത്. പിന്നെ ഉറുമ്പിന് കൊമ്പൊന്നും ഇല്ല കേട്ടോ.

നിങ്ങൾ കൊമ്പ് എന്ന് പറയുന്നത് ഉറുമ്പ് ആശയവിനിമയം നടത്തുന്ന സ്പർശമാപിനികളാണ്."

"അപ്പോ...അച്ഛാ...എന്റെ ഉത്തരത്തിന് പത്തിൽ രണ്ട് മാർക്കേ ഉള്ളൂ അല്ലെ."

"രണ്ടല്ല. ഒന്നര മാർക്കേ ഞാൻ തരൂ. ബാക്കി എട്ടര മാർക്ക് നഷ്ടപ്പെട്ടത് എന്തുകൊണ്ടാണെന്ന് നിനക്ക് ബോദ്ധ്യായോ?"

"ബോദ്ധ്യായി അച്ഛാ. കാഴ്ചകളെ എല്ലാം സൂക്ഷ്മമായ നിരീക്ഷണത്തിൽ എടുക്കണം. ഒന്നും നിസ്സാരമായി കാണരുത്. അല്ലെ അച്ഛാ?"

"അതെ. എന്തിനും സൂക്ഷ്മ നിരീക്ഷണം വേണം. കണ്ടെത്തിയത് കാണാപാഠമാക്കിയാൽ ഏതൊരു ചോദ്യത്തിനും ആത്മവിശ്വാസത്തോടെ ഉത്തരം നല്കാൻ കഴിയും. ഈ പാഠം മനസ്സിൽ കുറിച്ചിട്ട് കൊള്ളൂ."

ദീപാങ്കുരൻ ശരിയെന്ന് തലയാട്ടി.

മൂന്ന് വർഷം മുമ്പ് പ്രകാശൻ മാഷ് മകന് പറഞ്ഞു കൊടുത്തതാണ് ഈ പാഠവിഷയം. ദീപാങ്കുരൻ ഇപ്പോഴും ആ പാഠവാക്യങ്ങൾ ഉത്സാഹത്തോടെ അനുസരിച്ചുകൊണ്ടിരിക്കുന്നു.

ഇന്ന് കിഴക്കൻ ദേശത്തേക്കാണ് യാത്ര. പള്ളിവയലും കഴിഞ്ഞ് വള്ളിത്തോടും പിന്നിട്ട് നീലിയാർ കാട് വഴി തിരികെ വീട്ടിലെത്താൻ പ്രഭാതസവാരിക്ക് നിശ്ചയിച്ച സമയദൈർഘ്യം ഒരു മണിക്കൂറാണ്.

പ്രകാശൻ മാഷും മകനും അയ്യപ്പൻ കാവിന്റെ കിഴക്കേ കുണ്ടൻ ഇടവഴിയിലൂടെ പള്ളിവയലിലേക്ക് നടന്നു.

കുണ്ടൻ ഇടവഴിയിലൂടെ നടക്കാൻ ദീപാങ്കുരന് ഒരുപാട് ഇഷ്ടമാണ്.

അയ്യപ്പൻ കാവിന് മുന്നിലെ സമാന്തരമായി കിടക്കുന്ന അഞ്ചെട്ട് സെന്റ് ഭൂമിയുടെ അതിർത്തിയിൽനിന്നും ഒന്നൊന്നര ആളിന്റെ താഴ്ചയുണ്ടാവും ഇടവഴിക്ക്. ഇടവഴിയുടെ മുകളിൽ ഇരുവശങ്ങളിലായി പടർന്ന് പന്തലിച്ചുനില്ക്കുന്ന ചെറുമരങ്ങളും അതിൽ പിടിച്ചുകയറിയ തടിയൻ വള്ളിച്ചെടികളും ഒരു കുടപോലെ ഇടവഴിക്ക് മുകളിൽ പച്ചപിടിച്ചു നില്ക്കുകയാണ്. ഇടവഴിക്കകത്തുനിന്നും ആ പച്ചപ്പിലൂടെ ആകാശം നോക്കിക്കാ

ണാൻ നല്ല രസമാണ്. പകൽപോലും നേരിയ ഇരുട്ടും തണുപ്പുമാണ് ആ ഇടവഴിയിൽ. ഒരു തുരങ്കത്തിനകത്ത് കയറി സഞ്ചരിക്കുന്നത് പോലെ തോന്നും അപ്പോ.

അച്ഛന്റെ പിന്നാലെ കൈയും വീശി നടക്കുമ്പോൾ ദീപാങ്കുരൻ പറഞ്ഞു:

"അച്ഛാ...ഞാനൊരു കാര്യം പറഞ്ഞാ അച്ഛൻ ചിരിക്കരുത്."

പ്രകാശൻ മാഷ് മകനുവേണ്ടി നടത്തത്തിന്റെ വേഗത കുറച്ചുകൊണ്ട് പറഞ്ഞു:

"തമാശയാണെങ്കിൽ ഞാൻ ചിരിക്കുക തന്നെ ചെയ്യും. കാരണം പ്രഭാതസവാരിപോലെ തന്നെ ചിരിയും ആരോഗ്യത്തിന് ഉത്തമമാണ്. പിന്നെ ചിരിക്കാൻ ഫലിതം തന്നെ വേണമെന്നില്ല. പറയുന്ന കാര്യങ്ങളിൽ ഫലിതമൊന്നും ഇല്ലെങ്കിലും വെറും വാക്ക് കേട്ട് ചിരിവന്നുപോയ ഞാൻ അത് അടക്കി നിർത്തുകയൊന്നും ഇല്ലാട്ടോ. ചിലപ്പോ പൊട്ടിച്ചിരിക്കുകതന്നെ ചെയ്യും."

"എന്നാ അച്ഛൻ ചിരിച്ചോ. ആരോഗ്യം കിട്ടുന്ന കാര്യല്ലെ. ഞാൻ പറയാൻ പോകുന്നതിൽ ഫലിതം ഒന്നുമില്ല. എന്നാ അത് വെറും വാക്കുമല്ല. ഞാൻ പറയുന്നത് നല്ലകാര്യമാണെന്ന് തോന്നിയാൽ സന്തോഷംകൊണ്ടും അച്ഛന് ചിരിക്കാലോ."

"ശരി. മോന് പറയാനുള്ളത് എന്താണെന്ന് കേൾക്കട്ടെ. നല്ലതാണെങ്കിൽ ചിരിച്ചുകൊണ്ടും ഈ അച്ഛന് മോനെ പ്രോത്സാഹിപ്പിക്കാലോ."

ദീപാങ്കുരൻ ഇടവഴിയിലെ വെള്ളച്ചാലിലേക്ക് കാല് തെന്നിപ്പോകാതിരിക്കാൻ സൂക്ഷിച്ചു നടന്നുകൊണ്ട് പറഞ്ഞു:

"അച്ഛാ.. ഞാൻ എന്റെ ആത്മകഥയുടെ ആദ്യഘട്ടം എഴുതാൻ തീരുമാനിച്ചു."

പ്രകാശൻ മാഷ് തൊണ്ട മുട്ടിച്ചിരിച്ചുകൊണ്ട് പറഞ്ഞു:

"ആത്മകഥയുടെ ആദ്യഘട്ടമോ? നീ ബാല്യത്തിലേക്ക് കാലൂന്നിയിട്ടല്ലേ ഉള്ളൂ മോനെ. നീ എന്തോന്ന് എഴുതാനാ?.

"നല്ലൊരു ശൈശവവും ബാല്യത്തിന്റെ പാതിയും അനുഭവങ്ങളായി എനിക്ക് ഇല്ലെ അച്ഛാ. ഇപ്പോ അതൊക്കെ കുറിച്ചുവെച്ചില്ലെങ്കിൽ പിന്നീട് ഓർമ്മകളിൽ പലതും വിട്ടുപോകും.

മാത്രമല്ല ഇപ്പോഴത്തെ രസം പിന്നീടുള്ള എഴുത്തിൽ കിട്ടിയില്ലെങ്കിലോ. അതുകൊണ്ട് ഞാനെന്റെ ആത്മകഥ എഴുതാൻ തന്നെ തീരുമാനിച്ചു. ഇന്ന് ചെയ്യേണ്ടത് ഇപ്പോത്തന്നെ ചെയ്യണമെന്നല്ലേ അച്ഛൻ എന്നെ പഠിപ്പിച്ചത്."

"ശരി. നിന്റെ എഴുത്തിനെ ഞാൻ നിരുത്സാഹപ്പെടുത്തുന്നില്ല. നിന്റെ കുഞ്ഞു മനസ്സിൽ തോന്നുന്നത് നീ പോറ്റി വളർത്തുക. അച്ഛന്റെ ആഗ്രഹം പോലെയല്ല നീ വളരേണ്ടത്. നിന്റെ ആഗ്രഹത്തെ പോറ്റി വളർത്തുകയാണ് ഈ അച്ഛന്റെ കടമ. മാവിൽ കിടന്ന് തനിയെ പഴുക്കുന്ന മാങ്ങയ്ക്കും പറിച്ച് പഴുപ്പിക്കുന്ന മാങ്ങയ്ക്കും ഒരേ രുചിയല്ലല്ലോ. അതുകൊണ്ട് മോന്റെ ആഗ്രഹവും അതിന്റെ വിജയവും തരുന്ന ആഹ്ലാദവും അഭിമാനവും തന്നെയാണ് എനിക്ക് ഏറ്റവും പ്രിയപ്പെട്ടത്.

"നല്ല അച്ഛൻ. എന്നെ വടി കാട്ടി പേടിപ്പിച്ചില്ല. കണ്ണുരുട്ടി ശാസിച്ചില്ല. എന്നെ അനുസരിക്കുന്ന അച്ഛന്റെ പ്രതീക്ഷ ഞാൻ തകർക്കില്ലാട്ടോ."

ദീപാങ്കുരന്റെ വർത്താനം കേട്ടപ്പോൾ പ്രകാശൻ മാഷിന്റെ മനസ്സിൽ ആഹ്ലാദത്തിന്റെ തിരമാലകൾ ഉണർന്നു. അതൊരു പുഞ്ചിരിയായി മാഷിന്റെ മുഖത്ത് നിറഞ്ഞുവന്നപ്പോൾ ആ കാഴ്ച ദീപാങ്കുരന്റെ മനസ്സിലും സന്തോഷം നിറച്ചു.

അങ്ങനെ ഇരുവരും ഇടവഴി അവസാനിക്കുന്ന ഇടത്ത് നിന്നും പള്ളിവയലിന് സമാന്തരമായി പോകുന്ന മൺപാതയിലേക്ക് കയറി.

മഴ നനഞ്ഞ ചെമ്മൺപാതയിൽ അടിവെച്ച് അടിവെച്ച് പതിഞ്ഞ് കിടക്കുന്ന രണ്ട് വ്യത്യസ്ത ജോടി പാദമുദ്രകളിൽ കണ്ണുകൾ പായിച്ചുകൊണ്ട് ദീപാങ്കുരൻ പറഞ്ഞു:

"അച്ഛാ... മനുഷ്യന്റേയും മൃഗത്തിന്റേയും കാൽവെപ്പ് തമ്മിലുള്ള വ്യത്യാസം കണ്ടോ. കുഞ്ഞുമൊയ്തീക്കയുടെ കാൽവെപ്പിന് ഒരു അച്ചടക്കവും ഇല്ല. എന്നാ അദ്ദേഹത്തിന്റെ കാളകളുടെ നടത്തത്തിന് ഒരേ താളവും ഒരേ അകലവും ഉണ്ടെന്ന് മണ്ണിൽ പതിഞ്ഞ ഈ പാദമുദ്രകളിൽനിന്നും വ്യക്തമാണ്. എല്ലാ മൃഗങ്ങളും ഇങ്ങനെ തന്നെയായിരിക്കും നടക്കുക അല്ലെ അച്ഛാ?"

"മോനെ.. നിന്റെ നിരീക്ഷണത്തെ ഞാൻ അഭിനന്ദിക്കുന്നു."

പ്രകാശൻ മാഷ് പള്ളിവയലിൽ നിലം ഉഴുതുമറിക്കാൻ തയ്യാറെടുപ്പ് നടത്തുന്ന കുഞ്ഞുമൊയ്തീന്റേയും അദ്ദേഹത്തിന്റെ കാളകളുടേയും നേരെ നോട്ടമിട്ടുകൊണ്ട് തുടർന്നു:

"മോനെ.. മനുഷ്യന് നിശ്ചിത അകലമില്ലാതെ എങ്ങനെ വേണമെങ്കിലും തന്റെ പാദങ്ങളെ മുന്നോട്ടുവെക്കാം. മൃഗങ്ങൾക്ക് അത് സാദ്ധ്യമല്ല. എന്തുകൊണ്ടെന്ന ചോദ്യത്തിന് ഒരിക്കൽ ഒരു കുട്ടി ഉത്തരം പറഞ്ഞത് മൃഗങ്ങൾക്ക് നാല് കാലുള്ളത് കൊണ്ടാണെന്നാണ്. മോനെന്തു തോന്നുന്നു?"

"ആ കുട്ടിയുടെ ഉത്തരം തെറ്റല്ലല്ലോ അച്ഛാ. എന്നാ വേറെ ഒരു ചോദ്യംകൂടി അവിടെ പ്രസക്തമാണ്. കാക്കയ്ക്കും കോഴിക്കും പക്ഷികൾക്കെല്ലാം തന്നെ രണ്ട് കാലല്ലെ ഉള്ളു. അവരൊന്നും മനുഷ്യരെപ്പോലെ നിശ്ചിത അകലമില്ലാതെ പാദങ്ങൾ മുന്നോട്ട് വെക്കുന്നവരല്ലല്ലോ."

മകന്റെ മറുപടി ഇഷ്ടപ്പെട്ട പ്രകാശൻ മാഷ് ചോദിച്ചു:

"ഈ വിഷയത്തിൽ മോന്റേതായ കണ്ടെത്തൽ എന്താണ്?"

"അച്ഛാ.. അത്.. ഓരോ ജീവിക്കും അവരവരുടെ ശരീരഘടനയുണ്ടല്ലോ. അതനുസരിച്ചല്ലെ അവർക്ക് ചലിക്കാനാവൂ."

"മോൻ പറഞ്ഞത് ശരിയെന്ന് ഇരിക്കട്ടെ. മനുഷ്യനെപ്പോലെ കാക്കയ്ക്കും നടക്കാനാവില്ല. കാളയ്ക്കും നടക്കാനാവില്ല. എന്നാ കാക്കയെപ്പോലെയും കാളയെപ്പോലെയും മനുഷ്യന് നടക്കാനാവും കേട്ടോ. നടക്കാൻ മാത്രമല്ല. എല്ലാ ജീവികളിൽ നിന്നും വ്യത്യസ്തമായി എല്ലാ കാര്യങ്ങളും ചെയ്യാൻ പറ്റുന്ന ഒരേയൊരു ജീവിയെ ഉള്ളു ഈ ഭൂമിയിൽ. അവന്റെ പേരാണ് മനുഷ്യൻ."

ഒന്ന് നിർത്തി പ്രകാശൻ മാഷ് തുടർന്നു:

"അതിരിക്കട്ടെ. ഒരു കുഞ്ഞ് വളർന്നു വരുമ്പോൾ ആ കുട്ടിയുടെ കഴിവിനെ കണ്ടെത്തുകയും കണ്ടെത്തിയാൽ അതിനെ പ്രോത്സാഹിപ്പിക്കുകയും ചെയ്യണമെന്ന നിന്റെ അമ്മയുടെ വാക്കുകൾ എപ്പോഴും കാതിൽ മുഴങ്ങുന്നതുകൊണ്ട് ചോദിക്കട്ടെ, കഥയും കവിതയും എഴുതി ശീലിച്ചു വരുന്ന നീ നിന്റെ ആത്മകഥയുടെ ബാല്യം എങ്ങനെയാണ് രേഖപ്പെടുത്തി തുടങ്ങുന്നത്?"

അച്ഛന്റെ ചോദ്യത്തിന് ദീപാങ്കുരൻ മധുരമായൊന്ന് പുഞ്ചിരിച്ചു. ശേഷം പള്ളിവയലിൽനിന്നും അച്ഛന്റെ പിന്നാലെ വള്ളിത്തോട്ടിന്റെ കരയിലേക്ക് കയറിയ ദീപാങ്കുരൻ പറഞ്ഞു:

"അച്ഛാ.. എന്റെ ആദ്യത്തെ വിദ്യാലയം എന്നു പറയുന്നത് അമ്മയുടെ ഗർഭപാത്രമാണ്. അതുകൊണ്ടുതന്നെ എന്റെ ആത്മകഥ തുടങ്ങുന്നതും അവിടെ നിന്നാണ്. ആറാംമാസം പ്രായമായ ഒരു ഗർഭസ്ഥ ശിശുവിൽനിന്ന്."

മകന്റെ വർത്താനം കേട്ടപ്പോൾ പ്രകാശൻ മാഷ് അത്ഭുതം സ്ഫുരിക്കുന്ന ഭാവത്തോടെ അവനെ തിരിഞ്ഞുനോക്കി. അച്ഛന്റെ നോട്ടം ഒരു ചെറുപുഞ്ചിരിയോടെ ഏറ്റുവാങ്ങിയ ദീപാങ്കുരൻ തോട്ടിൻകരയിലൂടെ അച്ഛന്റെ പിന്നാലെ നടന്നു കൊണ്ട് ചോദിച്ചു:

"എങ്ങനെ..ആത്മകഥയുടെ തുടക്കംകൊള്ളാമോ അച്ഛാ?"

"കൊള്ളാമെന്നോ. അസ്സലായിട്ടുണ്ട്. തുടർച്ച എങ്ങനെയാ?" അച്ഛന് കേൾക്കാൻ ഒത്തിരി ആകാംക്ഷയായി.

പ്രകാശൻ മാഷിന്റെ ആഹ്ലാദം മകനെ ഉത്സാഹിയാക്കി. അവൻ പറഞ്ഞുതുടങ്ങി:

"ഗർഭസ്ഥ ശിശുവായ എന്നിൽ വിജ്ഞാനം നിറച്ചു തുടങ്ങിയത് എന്റെ അമ്മയാണ്. അമ്മ എനിക്കുവേണ്ടി നല്ലതുമാത്രം കണ്ടു. അമ്മ എനിക്കുവേണ്ടി നല്ലതുമാത്രം കേട്ടു. അമ്മ എനിക്കുവേണ്ടി നല്ലതുമാത്രം മണത്തു. അമ്മ എനിക്ക് വേണ്ടി നല്ലതിനെ മാത്രം സ്പർശിച്ചു. അമ്മ തന്ന ആദ്യപാഠം സ്നേഹവും ആരോഗ്യവുമായിരുന്നു."

മകന്റെ വാക്കുകൾ ശ്രദ്ധയോടെ കേട്ടുകൊണ്ട് നടന്ന പ്രകാശൻ മാഷ് വള്ളിത്തോടിന് കുറുകെയുള്ള മരപ്പാലം കടക്കുമ്പോൾ പറഞ്ഞു:

"ദീപൂ.. നിന്റെ തുടക്കം നന്നായിട്ടുണ്ട്. ഗർഭസ്ഥശിശു എന്നത് ചെറിയ അദ്ധ്യായത്തിൽ ചുരുക്കരുത്. നിന്റെ അനുഭവം വർണ്ണിക്കപ്പെടേണ്ടത് കാലത്തിന്റെ ആവശ്യമാണ്. പത്ത് മാസത്തിനിടയിൽ ഒരു കുഞ്ഞിന് ലഭിക്കേണ്ട പരിചരണം വിലപ്പെട്ടതാണെന്ന് നിന്റെ ആത്മകഥയിൽനിന്നും ബോദ്ധ്യപ്പെടണം. പരിചരണത്തിന് താളം പിഴച്ചാൽപ്പിന്നെ അത് ജീവിതകാലം മുഴുവൻ അനുഭവിക്കേണ്ടി വരുന്നത് വൈകല്യ

ത്തോടെ പിറന്നുവീഴുന്ന കുഞ്ഞാണെന്ന് കാലം പഠിക്കണം. മോന്റെ ആത്മകഥയ്ക്ക് ഇത്തരം ഒരു മറുപുറം വായിക്കപ്പെടണം. ഓരോ നന്മയും വായിക്കപ്പെടുമ്പോഴും തിന്മ വലിയൊരു ഭീകരനാണെന്ന് മറുപുറ ചിന്തയിലൂടെ വായനക്കാരന് ബോദ്ധ്യപ്പെടണം. അങ്ങനെ വായിക്കപ്പെടുന്ന തിന്മയിൽ നിന്ന് ബോധവാന്മാരായാണ് വരുംതലമുറ ആരോഗ്യത്തോടെ പിറവി എടുക്കേണ്ടത്. അതുകൊണ്ട് മോന്റെ ഗർഭഗൃഹം ഒറ്റവരിയിൽ പറഞ്ഞുതീർക്കരുത്. ഞാൻ പറഞ്ഞത് ഇത്തിരി കട്ടിയായതുകൊണ്ട് മോന് മനസ്സിലാവാതെ വന്നില്ലല്ലോ?"

"ഇല്ലച്ഛാ. അച്ഛൻ പറഞ്ഞത് തികച്ചും ശരിയാണ്. പത്താം ക്ലാസ് കഴിഞ്ഞ് കോളേജിൽ ചേരുന്നതുപോലെയാണ് എനിക്കെന്റെ ജനനത്തെക്കുറിച്ച് പറയാനുള്ളത്. പത്തുമാസക്കാലം എന്റെ അച്ഛനും എന്റെ അമ്മയും എനിക്ക് നല്ല അദ്ധ്യാപകനും അദ്ധ്യാപികയുമായിരുന്നു. ഒന്നാം ഘട്ടം ഗർഭഗൃഹത്തിൽ ജീവിച്ചുതീർത്ത എനിക്ക് ആരോഗ്യത്തോടെ രണ്ടാം ഘട്ടം തുടങ്ങാൻ കാരണക്കാരായത് ദൈവമനസ്സുള്ള എന്റെ അച്ഛനും അമ്മയും തന്നെയാണല്ലോ. എന്ത് രസായിരുന്നെന്നോ അച്ഛാ ഗർഭഗൃഹത്തിലുള്ള എന്റെ ആ ഒടുവിലത്തെ നൂറ്റി ഇരുപത് ദിവസം."

ദീപാങ്കുരൻ ഓരോന്ന് ഓർത്ത് തനിയെ ചിരിച്ചു.

പ്രകാശൻ മാഷ് മകന്റെ ഓർമ്മകൾക്ക് തടസ്സം നില്ക്കാതെ മൗനമായി നടന്നു.

ദീപാങ്കുരൻ ഇപ്പോൾ അമ്മയുടെ വയറ്റിൽ കിടക്കുന്ന ഒരു കുഞ്ഞ് വാവയാണ്. ആറുമാസം പ്രായമെത്തിയ കുഞ്ഞ് വാവ. ഇരുകാതുകളും ഉണർന്നു പ്രവർത്തിക്കുന്ന കുഞ്ഞുവാവ. അവൻ ഇപ്പോൾ അച്ഛന്റെ വാക്കുകൾ കേൾക്കുന്നു. അമ്മയിലൂടെ പ്രപഞ്ചതാളങ്ങൾ അറിയുന്നു. അവന്റെ ആഹ്ലാദം അമ്മ അറിയുന്നു. ആ കുഞ്ഞുവാവ നമ്മളോട് അവന്റെ അനുഭവം പറഞ്ഞുതുടങ്ങുകയാണ്.

പ്രകാശൻ മാഷ് മകന്റെ വാക്കുകൾക്ക് കാതോർത്തുകൊണ്ട് പതിയെ നടന്നു.

രണ്ട്

ഗർഭഗൃഹത്തിൽ കണ്ണടച്ച് കിടക്കുമ്പോഴും അവന്റെ കാതിൽ നന്മയുടെ വാക്കുകൾ നിറഞ്ഞു വരികയായിരുന്നു.

ദീപാങ്കുരൻ ഓർത്തു:

അന്നൊരു ഞായറാഴ്ചയായിരുന്നു. അമ്മ വൈകുന്നേരത്തെ ഇളം വെയിൽ ഏറ്റുകൊണ്ട് പൂന്തോട്ടത്തിലെ ചെടികളോട് വർത്താനം പറഞ്ഞ് നടക്കുകയായിരുന്നു. ഇളം വെയിലിന്റെ ചൂടിൽ അമ്മയെപ്പോലെ ഞാനും ഉന്മേഷവാനായി ഗർഭഗൃഹത്തിൽ കിടക്കുമ്പോൾ അമ്മയുടെ അരികിലേക്ക് വന്ന അച്ഛൻ പറഞ്ഞു:

"പൂക്കളും പൂമ്പാറ്റകളും നിനക്ക് തരുന്ന സന്തോഷം നമ്മുടെ കുഞ്ഞുവാവയും കൂടി പങ്കുകൊള്ളുന്നുണ്ടെന്ന ബോധം നിനക്കുണ്ടല്ലോ. പ്രകൃതിയെക്കുറിച്ച് നീ അവനെ പഠിപ്പിക്കുക. അവനൊരു പരിസ്ഥിതി പ്രേമിയായി ജനിക്കട്ടെ."

"പരിസ്ഥിതിയെക്കുറിച്ച് പഠിപ്പിക്കാൻ അച്ഛനാണല്ലോ മിടുക്കൻ. അച്ഛന്റെ ക്ലാസ് കേൾക്കാൻ ഗർഭഗൃഹത്തിന്റെ ഭിത്തിയിൽ കാതും മുട്ടിച്ച് ചെവിയോർത്ത് കിടക്കുകയാവും ഇപ്പോൾ നമ്മുടെ കുഞ്ഞുവാവ."

അമ്മയുടെ വർത്താനം കേട്ടപ്പോൾ അച്ഛൻ അമ്മയുടെ ഉദരത്തിൽ തൊട്ടുകൊണ്ട് ചോദിച്ചു:

"വാവേ..നിന്റെ അമ്മ പറയുന്നത് ശരിയാണോടാ?.

"ശരിയാണ്."

ഞാൻ പറഞ്ഞത് അമ്മയാണ് കേട്ടത്. അമ്മയ്ക്ക് മാത്രമല്ലെ കേൾക്കാനാവു. ഗർഭഗൃഹത്തിലെ എന്റെ ഓരോ ചലനങ്ങളും പരിഭാഷപ്പെടുത്തി അമ്മ അപ്പപ്പോൾ അച്ഛനെ അറിയിക്കും.

അമ്മ പറഞ്ഞു:

"നമ്മുടെ കുഞ്ഞുവാവ അച്ഛന്റെ ക്ലാസ് കേൾക്കാൻ കാതുകൂർപ്പിച്ചു കിടക്കുവാ."

അച്ഛൻ ചിരിക്കുന്നത് ഞാൻ കേട്ടു. ആ ചിരിയിലെ നിഷ്കളങ്കത ഞാൻ പഠിച്ചു തുടങ്ങുകയായിരുന്നു. അച്ഛൻ എനിക്ക് പ്രകൃതിയെക്കുറിച്ച് പറഞ്ഞുതന്നു. മണ്ണും വെള്ളവും വായുവും മലിനപ്പെടുത്തരുതെന്ന് ഗർഭഗൃഹത്തിൽ വെച്ചു തന്നെ അച്ഛനെന്നെ പഠിപ്പിച്ചു.

കാക്കയുടെ ശബ്ദം, കുയിലിന്റെ പാട്ട്, കടലിന്റെ സംഗീതം, മഴയുടെ താളം, മഴവില്ലിന്റെ ഭംഗി. എല്ലാമെല്ലാം അച്ഛനെനിക്ക് പറഞ്ഞുതന്നു. അച്ഛന്റെ സ്നേഹം അമ്മയുടെ നിഷ്കളങ്കമായ ചിരിയിലൂടെ ഞാൻ മതിയാവോളം ആസ്വദിച്ചു.

ഏഴാം മാസം കഴിഞ്ഞപ്പോഴാണ് അച്ഛൻ എനിക്ക് ധാരാളം കവിതകൾ ചൊല്ലിത്തന്നത്. ഒട്ടേറെ കഥകൾ വായിച്ചു കേൾപ്പിച്ചത്. അമ്മ വായിച്ചുരസിച്ച ഫലിതങ്ങൾ എന്നെ ആഹ്ലാദിപ്പിച്ചതിന് അതിരുകൾ ഇല്ലായിരുന്നു.

ഡോക്ടർ കുറിച്ചിട്ട ഗുളികകൾ പലതും അമ്മ എനിക്കു വേണ്ടി ഉപേക്ഷിച്ചു. എനിക്ക് വേണ്ടി അച്ഛനും അമ്മയും അടുക്കളത്തോട്ടം ഉണ്ടാക്കി. എന്നെ ഉദരത്തിൽ കിടത്തി അമ്മ അടുക്കളത്തോട്ടത്തിൽ ശരീരം വിയർക്കുവോളം അദ്ധ്വാനിച്ചു. വൈകുന്നേരങ്ങളിൽ അച്ഛനോടൊപ്പം സായാഹ്ന സവാരി നടത്തി. വയലുകളും കുന്നുകളും അമ്പലങ്ങളും പള്ളികളും കാവുകളുമൊക്കെ അമ്മയുടെ വാക്കുകളിലൂടെ ഞാൻ കേട്ടറിഞ്ഞു.

ഡോക്ടർ സ്റ്റെതസ്ക്കോപ്പ് കൊണ്ട് ഗർഭഗൃഹത്തിലെ എന്റെ

താളം അളക്കുമ്പോൾ ഞാൻ കിളുകിളെ ചിരിച്ചു. എന്റെ ഏറ്റവും നല്ല ഡോക്ടർമാർ എന്റെ അച്ഛനും അമ്മയുമാണെന്ന് ആശുപത്രിയിൽ ഇരിക്കുന്ന ഡോക്ടർക്കറിയില്ലല്ലോ.

ഡോക്ടർ കുറിച്ചിട്ട മരുന്നുകൾ പലതും അച്ഛന്റെ നിർദ്ദേശം അനുസരിച്ച് അമ്മ എനിക്കുവേണ്ടി ഉപേക്ഷിച്ചു. ചീരയും ചേമ്പും കോവയ്ക്കയും പയറും വെണ്ടയും മുരിങ്ങയും തക്കാളിയും വഴുതനയുമൊക്കെ അടുക്കളത്തോട്ടത്തിൽനിന്നും അച്ഛൻ എനിക്ക് വേണ്ടി അടുക്കളയിൽ എത്തിച്ചു. അടുക്കളത്തോട്ടത്തിലെ വിഷമില്ലാത്ത പച്ചക്കറികൾ അമ്മ എനിക്കുവേണ്ടി പാകം ചെയ്തു കഴിച്ചു.

ഗർഭഗൃഹത്തിലെ എട്ടാം മാസം അമ്മ മനസ്സറിഞ്ഞ് പ്രാർത്ഥിക്കുകയും ആസ്വദിക്കുകയും ചെയ്ത ഒന്നായിരുന്നു തറവാട്ട് ക്ഷേത്രത്തിലെ കളിയാട്ടം. ദൈവത്തോടുള്ള സ്നേഹം സംഘർഷങ്ങളെ ലഘൂകരിക്കുമെന്ന് അമ്മയെ പഠിപ്പിച്ചത് അച്ഛനായിരുന്നു. ദൈവത്തെ പേടിക്കണമെന്നും പേടിയുണ്ടെങ്കിൽ തെറ്റ് ചെയ്യാനുള്ള ബോധം നശിക്കുമെന്നും അച്ഛൻ പറഞ്ഞത് ഞാൻ അമ്മയിലൂടെ കേട്ടു.

അമ്മ നല്ലൊരു ഈശ്വരഭക്തയാണ്. ഭക്തി ഒരു ഇളംകാറ്റു പോലെയാണ് അമ്മ എനിക്ക് പകർന്നുതന്നത്.

ഒരിക്കൽ അച്ഛൻ അമ്മയോട് പറഞ്ഞു:

ഭക്തിയുടെ അടിവേരെന്ന് പറയുന്നത് സ്നേഹമാണ്. നിഷ്കളങ്കമായ മനസ്സുണ്ടെങ്കിലേ ഈ അടിവേരിന് ആരോഗ്യമുണ്ടാവൂ. ഇല്ലെങ്കിൽ എല്ലാം കപടമായിരിക്കും.

അച്ഛന്റെ വാക്കുകൾക്ക് അമ്മ കൊടുത്ത മറുപടി ഇങ്ങനെയാണ്:

"നിങ്ങളുടെ ഈ ഭാഷ എനിക്ക് മനസ്സിലാവും. എന്നാൽ എല്ലാം കേൾക്കുന്ന എന്റെ വയറ്റിലെ കുഞ്ഞുവാവയ്ക്ക് ഒരു പിടിയും കിട്ടിക്കാണില്ല."

അച്ഛനപ്പോ ചിരിച്ചു. അച്ഛന്റെ കൂടെ ഞാനും ചിരിച്ചത് അമ്മ അച്ഛനോട് പങ്കുവെച്ചു.

അച്ഛൻ അമ്മയോട് പറഞ്ഞു:

“കുഞ്ഞുവാവയ്ക്ക് എല്ലാം മനസ്സിലാവും. കാരണം അവനിപ്പോ പ്രത്യേകമായി ഒരു ചിന്തയില്ല. നിന്റെ ചിന്തതന്നെയാണ് അവന്റെയും ചിന്ത. നീ ചിരിക്കുമ്പോൾ അവനും ചിരിക്കും. നീ കരയുമ്പോൾ അവനും കരയും. നിന്റെ മനസ്സ് എന്തെല്ലാം സ്വീകരിക്കുന്നുവോ അതൊക്കെ അവനും സ്വീകരിച്ചുവെക്കും. അതുകൊണ്ട് കുഞ്ഞുവാവയുടെ മനസ്സ് ശുദ്ധമാക്കാൻ നീ നിന്റെ മനസ്സിനെ പരിശുദ്ധമാക്കുക.”

ശേഷം എനിക്കുവേണ്ടി അച്ഛൻ അമ്മയോട് ഇങ്ങനെ തുടർന്നു:

“നല്ല പെരുമാറ്റശീലങ്ങളാണ് നാം പഠിക്കേണ്ടത്. അത് പങ്കുവെക്കുമ്പോ നമ്മോട് കൂട്ടുകൂടാൻ ഒരുപാട് പേരുണ്ടാവും. ഒരു ചീത്ത കുട്ടിയെ കൂടെക്കൂട്ടി അവനെ നല്ലവനാക്കി മാറ്റിയെടുക്കുമ്പോഴാണ് നാം മഹത്വമുള്ളവനാവുന്നത്. അതിന് നമ്മൾ മനസ്സിൽ ദൈവചിന്ത നിറയ്ക്കണം. ആ ദൈവചിന്തയുടെ പേരാണ് സ്നേഹം. എല്ലാ മതഗ്രന്ഥങ്ങളും നമ്മെ പഠിപ്പിക്കുന്നത് സ്നേഹമാണ് ദൈവം എന്നാണ്. ഗാന്ധിജി അത് നമ്മോട് ഏറ്റു പറഞ്ഞിട്ടുണ്ട്. ഏറ്റുപറച്ചിലും പ്രവർത്തിക്കലുമാണ് നാം ശീലമാക്കേണ്ടത്. കുഞ്ഞുവാവയുടെ നിഷ്കളങ്കമായ മനസ്സിൽ ഞാനിത് കുറിച്ചിടുന്നു.”

അച്ഛന്റെ വാക്കുകൾ കേട്ട് ഞാൻ അമ്മയിലൂടെ ചിരിച്ചു കാണിച്ചപ്പോൾ എന്റെ മനസ്സ് വായിച്ചറിഞ്ഞതുപോലെ അച്ഛൻ അമ്മയ്ക്കൊരു ഉമ്മ കൊടുത്തു. അത് ഞാൻ എന്റെ കവിളിൽ ഏറ്റുവാങ്ങിക്കൊണ്ട് മനസ്സിൽ വലിയ അക്ഷരത്തിൽ ഇങ്ങനെ കുറിച്ചിട്ടു:

“സ്നേഹം ദൈവം മാത്രമല്ല. അത് ഗർഭസ്ഥശിശുവിന് നല്ല ഔഷധം കൂടിയാണ്. അമ്മയുടെ ഉദരത്തിൽ കിടക്കുമ്പോൾ തന്നെ എന്റെ മനസ്സിനും ശരീരത്തിനും ഉന്മേഷവും ആരോഗ്യവും തരാൻ എന്റെ അച്ഛനും അമ്മയും ശ്രദ്ധിച്ചിരുന്നു. അതിനായി അവർ എനിക്കുതന്ന ദിവ്യഔഷധമായിരുന്നു സ്നേഹം.”

ഗർഭഗൃഹത്തിലെ ഒമ്പതാം മാസം രസകരമായിരുന്നു.

അച്ഛന്റെയും അമ്മയുടെയും ചോദ്യോത്തരക്കളി എന്നിലുണ്ടാക്കിയ ആനന്ദവും അറിവും ചില്ലറയൊന്നും ആയിരുന്നില്ല.

ഒമ്പതാം മാസത്തിലും എന്നെ ഉത്സാഹത്തോടെ ചുമന്ന് കൊണ്ട് നടക്കുന്ന അമ്മ ഒരു ദിവസം പുലർച്ചെ മുറ്റം തൂത്ത് വാരുമ്പോഴാണ് അച്ഛന്റെ ഒന്നാമത്തെ ചോദ്യം ഉണ്ടായത്.

"പൂമ്പാറ്റ പൂവിനോട് പറയുന്നത് എന്താണ്?"

അമ്മയ്ക്ക് ഉത്തരം പറയാൻ ഒരു നിമിഷംപോലും ആലോചിക്കേണ്ടി വന്നില്ല. അമ്മ പറഞ്ഞു:

"സൗന്ദര്യത്തിലല്ല കാര്യം. സ്വഭാവത്തിലാണ്."

അമ്മയുടെ ഉത്തരം ഇഷ്ടപ്പെട്ട അച്ഛന്റെ അടുത്ത ചോദ്യം ഇതായിരുന്നു:

"വിശദീകരിക്കാമോ?"

അമ്മ മുറ്റം തൂത്ത് വാരുന്നത് നിർത്താതെ തന്നെ പറഞ്ഞു:

"പൂക്കൾ പലതരത്തിലില്ലെ. കാണാൻ ഭംഗിയുള്ളവ. തീരെ ഭംഗിയില്ലാത്തവ. നല്ല സുഗന്ധമുള്ളവ. തീരെ മണമില്ലാത്തവ. നമുക്ക് ഇഷ്ടപ്പെടാത്ത ചില മണം തരുന്നവ. ഇങ്ങനെ ചെറുതും വലുതുമായ ധാരാളം പൂക്കളുണ്ടെങ്കിലും അവ തരുന്ന തേനിന് ഒറ്റ രുചിയല്ലെ."

അച്ഛൻ കൊടുത്ത നൂറിൽ നൂറ് മാർക്കും വാങ്ങി കിഴക്കേ മുറ്റം വഴി അമ്മ അടുക്കളയിലേക്ക് കയറുമ്പോൾ അച്ഛന്റെ അടുത്ത ചോദ്യം വന്നു:

"ജീവിതത്തിൽ നാം മാതൃകയാക്കേണ്ട ഒരു ജീവിയുടെ പേര് പറയാമോ?"

അമ്മ ചായവെക്കാനുള്ള ഒരുക്കത്തിനിടയിൽ പറഞ്ഞു:

"ഉറുമ്പ്."

അടുത്ത ചോദ്യം എന്തായിരിക്കുമെന്ന് അമ്മയ്ക്ക് അറിയാവുന്നതുകൊണ്ട് അമ്മ ഉടൻതന്നെ തുടർന്നു:

"സ്നേഹം. ഒരുമ. അദ്ധ്വാനം. ഉള്ളത് പങ്കുവെച്ച് ജീവിക്കുക. ഉറുമ്പുകളുടെ വരിവരിയായുള്ള പോക്ക് കണ്ടാൽ നമുക്കത് ബോദ്ധ്യമാവും. ഉറുമ്പുകളുടെ ജീവിതം നമുക്ക് തരുന്നത് നല്ല സന്ദേശമാണ്."

ചായകുടി കഴിഞ്ഞ് തലേ ദിവസത്തെ മുഷിഞ്ഞ വസ്ത്രങ്ങളുമായി അലക്കുകല്ലിനടുത്തേക്ക് ചെന്ന അമ്മയോട് അച്ഛൻ ചോദിച്ച അടുത്ത ചോദ്യം ഇതായിരുന്നു:

"വെളിച്ചത്തിന് ഒരു മറുവാക്ക് പറയാമോ?"

"അമ്മയുടെ മുഖത്ത് ഒരു പുഞ്ചിരി വിരിയുന്നത് ഞാൻ അപ്പോൾ അറിഞ്ഞു. അമ്മ സോപ്പ് തേച്ചിട്ട തുണി അഴുക്ക് ഇളക്കിക്കളയാനായി അലക്ക് കല്ലിൽ താളത്തിൽ കുത്തിപ്പിഴിയുമ്പോൾ ആ താളം അനുഭവിച്ചുകൊണ്ടിരുന്ന ഞാൻ അച്ഛന്റെ ചോദ്യത്തിന് അമ്മയുടെ ഉത്തരം എന്തെന്നറിയാനായി കാതോർത്തു.

അമ്മ പറഞ്ഞു:

"വെളിച്ചത്തിന്റെ മറുവാക്ക് അറിവ് എന്നു പറയാനാണ് എനിക്കിഷ്ടം. അറിവില്ലെങ്കിൽ ജീവിതം പ്രകാശിക്കില്ലല്ലോ."

അമ്മയുടെ ഉത്തരം അച്ഛനേക്കാൾ ഏറെ ഇഷ്ടപ്പെട്ടത് എനിക്കായിരുന്നു. ആ ഇഷ്ടം എന്റെ അനുഭവത്തിൽനിന്നും ഉണ്ടായതാണ്. ഗർഭഗൃഹത്തിലെ എന്റെ ഓരോ ദിനങ്ങളിലും എനിക്കനുഭവപ്പെട്ട ആനന്ദത്തിന്റെയും അറിവിന്റെയും പ്രകാശം തന്നത് എന്റെ അച്ഛനും അമ്മയും ആണല്ലോ.

അലക്കി വെളുപ്പിച്ച തുണി പിഴിഞ്ഞെടുത്ത് ഉണക്കാൻ അമ്മയെ സഹായിക്കുന്നതിനിടയിൽ അച്ഛന്റെ ചോദ്യം വീണ്ടും ഉണ്ടായി.

"പഞ്ചേന്ദ്രിയങ്ങളിൽ ഏറ്റവും സൂക്ഷിച്ച് പ്രയോഗിക്കേണ്ട അവയവം ഏതാണ്?"

അച്ഛന്റെ ചോദ്യം കേട്ട് അമ്മ കുലുങ്ങിച്ചിരിച്ചു. ആ ചിരിയുടെ താളം ഞാൻ അനുഭവിച്ചുക്കൊണ്ടിരിക്കെ അമ്മ പറഞ്ഞു:

"വായ അഥവാ നാക്ക്. നാക്ക് നേരെയല്ലെങ്കിൽ എന്തെല്ലാം ദുരിതങ്ങളാണ് അനുഭവിക്കേണ്ടി വരിക. ശത്രുത. വെറുപ്പ്. പരസഹായം ഇല്ലായ്മ. ശാരീരികമർദ്ദനം. മാനസിക പീഡനം. ശിക്ഷ പല രീതിയിലല്ലെ വന്നുചേരുക. ചിലപ്പോൾ ജീവഹാനിവരെ ഉണ്ടാവാം. "

ഇത്തിരി ഫലിതസ്വരം ചേർത്തുകൊണ്ട് അമ്മ തുടർന്നു:

"നാക്ക് നല്ല വാക്ക് ഉച്ചരിച്ചില്ലെങ്കിൽ കണ്ണിനും കാതിനും മൂക്കിനും ത്വക്കിനും നല്ല പണികിട്ടും. കാലത്ത് നാക്കുവടിച്ച് ശുദ്ധമാക്കുന്നതുപോലെ തന്നെ പ്രധാനമാണ് ജീവിതത്തിൽ നാക്കുകൊണ്ട് നല്ല വാക്കുകൾ പ്രയോഗിക്കുന്നതും."

അപ്പോ അച്ഛൻ എന്നെ വിളിച്ചു:

"കുഞ്ഞുവാവേ.. അമ്മ പറയുന്നത് നീ കേട്ടല്ലോ. നല്ല വാക്കുകളുടെ ശബ്ദതാരാവലിയാകണം നിന്റെ മനസ്സ്. കേട്ടോ."

അമ്മയുടെ ഉദരത്തിൽ കിടന്ന് ഞാൻ തലയാട്ടിയപ്പോൾ അമ്മവഴി ആഹ്ലാദം കൊണ്ടത് അച്ഛൻ അറിഞ്ഞു.

ഇത്തിരിനേരം പൂമുഖത്തിരുന്ന് വിശ്രമിച്ച അമ്മ അടുക്കളയിലെ ഉച്ചയൊരുക്കത്തിന്റെ മുന്നോടിയായി പച്ചക്കറിത്തോട്ടത്തിലേക്കിറങ്ങി.

പ്രകൃതിയെക്കുറിച്ച് പത്ത് വാക്കുകൾ പറയാനായിരുന്നു അടുത്തതായി അച്ഛൻ അമ്മയോട് ആവശ്യപ്പെട്ടത്.

അച്ഛന്റെ ചോദ്യം അമ്മ തമാശയായിട്ടാണ് എടുത്തതെങ്കിലും അമ്മയുടെ ഉത്തരങ്ങൾ കേൾക്കാൻ എനിക്ക് ആകാംക്ഷ ഉണ്ടായി. ഞാൻ ഗർഭഗൃഹത്തിന്റെ ഭിത്തിയിൽ വീണ്ടും കാതുകൾ മുട്ടിച്ച് കിടന്നു.

അമ്മ അപ്പോൾ പച്ചച്ചീരകൾക്കിടയിലൂടെ നടന്ന് അതിന്റെ ഇളംതല നുള്ളിയെടുത്ത് മടിത്തട്ടിൽ ശേഖരിക്കുകയായിരുന്നു.

അമ്മ പറഞ്ഞു:

പ്രകൃതിയെക്കുറിച്ചുള്ള പത്ത് വാക്കിൽ ഒന്ന് വനമാണ്. രണ്ട് ജലാശയം. മൂന്ന് അന്തരീക്ഷം.

അമ്മ ഒന്ന് നിർത്തി അച്ഛൻ കൈനിറയെ പറിച്ചെടുത്ത കോവയ്ക്ക മുഴുവനും തന്റെ മടിത്തട്ടിൽ സ്വീകരിച്ചുകൊണ്ട് തുടർന്നു:

"പത്തിൽ ഇനി ഏഴുവാക്കുകൾ ബാക്കി. അത് ഞാൻ ഇങ്ങനെ പൂരിപ്പിക്കാം. പർവ്വതങ്ങൾ. വെള്ളച്ചാട്ടം. മഞ്ഞും മഴയും. മണ്ണും മലയും. മനുഷ്യനും പിന്നെ പക്ഷിമൃഗാദികളും അങ്ങനെ ഇനിയും ഉണ്ട് പറയാൻ. തല്ക്കാലം പ്രകൃതി അമ്മയാണെന്ന് കൂടി പറഞ്ഞ് നിർത്താം."

അമ്മ അടുക്കളയിലേക്ക് ചെല്ലുന്നതിന് മുമ്പ് അടുക്കളത്തോട്ടത്തിൽനിന്നും ഇത്തിരി കാന്താരി മുളകും കൂടി നുള്ളിയെടുക്കുമ്പോൾ അച്ഛന്റെ അടുത്ത ചോദ്യം ഉണ്ടായി:

"പ്രകൃതിയെക്കുറിച്ചൊരു വാചകം പറയാമോ?"

അച്ഛന്റെ ചോദ്യം അമ്മയുടെ തലച്ചോറിനകത്തുകിടന്ന് കറങ്ങുന്നത് ഞാൻ അറിഞ്ഞു. അച്ഛനും അമ്മയും തമ്മിലുള്ള ചോദ്യോത്തരക്കളിയിൽ അമ്മയ്ക്ക് അപ്പോൾ തോൽക്കാൻ മനസ്സില്ലായിരുന്നു. അമ്മ തന്റെ ഓർമ്മകളിലെ വായനാക്കുറിപ്പുകളിലൂടെ സഞ്ചരിക്കാൻ തുടങ്ങി.

അമ്മയുടെ ആലോചനയും എന്റെ ആകാംഷയും അധികം നീണ്ടുനിന്നില്ല. അമ്മ പറഞ്ഞു:

"നമ്മുടെ പ്രപഞ്ചത്തിൽ കൃതിമമല്ലാത്ത എല്ലാറ്റിനെയും നമുക്ക് പ്രകൃതിയെന്ന് വിളിക്കാം."

അമ്മയുടെ ഉത്തരം കേട്ടപ്പോൾ അച്ഛൻ അമ്മയെ അഭിനന്ദിച്ചുകൊണ്ട് ചിരിച്ചു.

ആ ചിരി ഏറ്റുവാങ്ങിയ അമ്മ അതും പറഞ്ഞ് വിജയഭാവത്തിൽ അടുക്കളയിലേക്ക് ചെന്നു. പിന്നെ ഉച്ചഭക്ഷണത്തിനുള്ള ഒരുക്കംതുടങ്ങി.

കൃത്യം ഒരു മണിക്കുതന്നെ അടുക്കളത്തോട്ടത്തിലെ പച്ചക്കറികൾ വേണ്ടുവോളം ഉൾപ്പെടുത്തി അമ്മ എനിക്ക് ചോറ് തന്നു.

എനിക്കുവേണ്ടി അച്ഛൻ അമ്മയെ മതിയാവോളം തീറ്റിച്ചു.

അച്ഛന്റെ സ്നേഹം അമ്മയിലൂടെ എനിക്ക് കിട്ടിയപ്പോൾ ഉച്ചയൂണിന് എനിക്ക് ഇരട്ടിമധുരം അനുഭവപ്പെട്ടു.

ഭക്ഷണത്തിനുശേഷം അച്ഛനും അമ്മയും പൂമുഖത്ത് വന്നിരുന്നപ്പോൾ വീണ്ടും അച്ഛന്റെ ചോദ്യത്തോരക്കളിയെ അമ്മ ഓർമ്മിപ്പിച്ചു.

അച്ഛൻ ഇത്തിരി നേരത്തെ ആലോചനയ്ക്ക് ശേഷം പറഞ്ഞു:

"ജീവിതത്തിൽ നാം ഒരുപാട് നല്ല ശീലങ്ങൾ പാലിക്കേണ്ടതുണ്ട്. ഒന്ന് ഞാൻ നേരത്തെ പറഞ്ഞതുപോലെ എല്ലാവരേയും

സ്നേഹിക്കാൻ പഠിക്കുക. രണ്ട് ശുചിത്വം. മൂന്ന് അനുസരണ. നാല് അച്ചടക്കം. അഞ്ച് ബഹുമാനം. ആറ് കൃത്യനിഷ്ഠത. ഏഴ് വായന. എട്ട് നേരത്തെ ഉണരുക. ഒമ്പത് നേരത്തെ ഉറങ്ങുക. പത്ത് സത്യസന്ധത. ഇങ്ങനെ ഒരുപാട് കാര്യങ്ങളുണ്ട്. എന്റെ ചോദ്യം ഇതാണ്. ഞാൻ ഇവിടെ ബോധപൂർവ്വം പറയാതെ പോയ ഒരു ശീലമുണ്ട്. അതേതാണെന്ന് പറയാമോ?"

അച്ഛന്റെ ചോദ്യം അമ്മയെ വല്ലാതെ കുഴപ്പിക്കുന്നതായി അമ്മയുടെ ചിന്തയിൽനിന്നും എനിക്ക് മനസ്സിലായി.

അച്ഛൻ അമ്മയെ കളിയാക്കാൻ തുടങ്ങിയെങ്കിലും അമ്മ തന്റെ ആലോചനയിൽനിന്നും കണ്ടെത്തിയ ഉത്തരം ആവേശത്തോടെ പറഞ്ഞു:

"നിങ്ങൾ ബോധപൂർവ്വം പറയാതെ പോയത് ക്ഷമാശീല ത്തെ കുറിച്ചല്ലെ."

അമ്മയുടെ ഉത്തരം ശരിയാണെന്ന് അച്ഛൻ പ്രഖ്യാപി ച്ചപ്പോൾ ഒരു ജേതാവിനെപ്പോലെ അമ്മ ആഹ്ലാദം പ്രകടിപ്പിച്ചത് എന്നെയും ഒരുപാട് ആനന്ദിപ്പിച്ചു. അമ്മയുടെ വയറ്റിൽക്കിടന്ന് ഞാൻ ആനന്ദംകൊള്ളുന്നത് അമ്മ അച്ഛനുമായി പങ്കിട്ട് ചിരിച്ചു.

"ജീവിതത്തിൽ നാം പാലിക്കേണ്ട ശീലങ്ങളിൽ ഏറ്റവും പ്രധാനപ്പെട്ട ഘടകങ്ങളിൽ ഒന്നാണ് ക്ഷമ. ക്ഷമ നഷ്ടപ്പെട്ടാൽ നാം ഇടപെടുന്ന എല്ലാക്കാര്യങ്ങളും പരാജയമായിരിക്കും. ചെയ്യുന്ന ജോലികളിലായാലും പറയുന്ന വാക്കുകളിലായാലും ക്ഷമയില്ലെങ്കിൽ പോയി. ഏറ്റവും പ്രധാനപ്പെട്ടത് ക്രോധത്തെ നിയന്ത്രിക്കുക എന്നതാണ്. അതിന് ക്ഷമ ഒരു ശീലമാക്കിയേ പറ്റൂ. ക്ഷമയുണ്ടെങ്കിൽ ജീവിതത്തിൽ ശാന്തിക്കും സമാധാന ത്തിനും ഒരിക്കലും ക്ഷാമം ഉണ്ടാവില്ല."

ക്ഷമയെക്കുറിച്ചുള്ള അച്ഛന്റെ വാക്കുകൾ കേട്ടപ്പോൾ അമ്മ തന്റെ ഉദരത്തിൽ തലോടിക്കൊണ്ട് എന്നോട് പറഞ്ഞു:

"വാവേ..അച്ഛൻ പറയുന്നത് കേട്ടല്ലോ. ക്ഷമ ഒരു നിസാരക്കാ രനല്ല. കേട്ടോ."

അമ്മയുടെ വാക്കുകൾ ഞാനെന്റെ മനസ്സിൽ കുറിച്ചിട്ടതായി ഞാൻ അമ്മയെ അറിയിച്ചു. എന്റെ ഓരോ അറിയിപ്പും അമ്മ

അച്ഛനുമായി അപ്പപ്പോൾ പങ്കിട്ട് സന്തോഷം കൊണ്ടു. എന്റെ അറിവിലേക്കായി അച്ഛൻ വീണ്ടും വീണ്ടും ഓരോരോ ചോദ്യങ്ങൾ ചോദിച്ചുകൊണ്ടിരുന്നു. ഒരു ചോദ്യത്തിനും അമ്മയ്ക്ക് തോൽവി ഉണ്ടായിരുന്നില്ല.

വെറുതെ കളയാനുള്ളതല്ല സമയമെന്നും നഷ്ടപ്പെട്ട സമയം തിരിച്ച് പിടിക്കാൻ കഴിയില്ലെന്നും, സമയത്തെ കണക്കു കൂട്ടി എഴുതി ജീവിക്കാൻ പഠിക്കണമെന്നും സമയത്തിന്റെ കാര്യത്തിൽ വിലപിക്കാൻ ഇടവരരുതെന്നും അച്ഛനും അമ്മയും ഗർഭഗൃഹത്തിൽ വെച്ചുതന്നെ എന്നെ പഠിപ്പിച്ചു.

വെകുന്നേരത്തെ ചായകുടിയും രാത്രി ഭക്ഷണവും കഴിഞ്ഞ് കിടക്കാൻ നേരമാവുമ്പോഴേക്കും അച്ഛനും അമ്മയും എനിക്ക് പറഞ്ഞുതന്നതിൽ അവസാനത്തെ രണ്ട് കാര്യമാണ് തെറ്റ് ഏറ്റുപറയലും. പ്രതിജ്ഞയും.

അച്ഛൻ പറഞ്ഞു:

“പ്രതിജ്ഞ വെറുമൊരു വാക്കായി കരുതരുത്. അതിന്റെ മൂല്യം പ്രപഞ്ചംപോലെ വലുതാണ്. പ്രതിജ്ഞ ലംഘിക്കാനുള്ളതല്ല. പാലിക്കാനുള്ളതാണ്. ചാഞ്ചാട്ടമില്ലാത്ത ഒരു മനസ്സിനെ സൃഷ്ടിക്കാൻ പ്രതിജ്ഞകൊണ്ട് കഴിയും. പ്രതിജ്ഞ ജീവിതത്തിന്റെ വിജയക്കൊടിയാണെന്ന് പഠിക്കണം.”

അച്ഛന്റെ വാക്കുകളുടെ തുടർച്ചയെന്നോണം അമ്മ പറഞ്ഞു:

“തെറ്റുപറ്റിയാൽ തിരുത്താനുള്ള മനസ്സുണ്ടാവണം. ഏറ്റുപറഞ്ഞ് തിരുത്തുമ്പോഴാണ് അതിന് ശക്തി കൂടുക. അതിന് പ്രതിജ്ഞയുടെ ശക്തിയുണ്ടാവണം. പറ്റിപ്പോയ തെറ്റ് ഏറ്റുപറയാൻ മടിക്കേണ്ട കാര്യമില്ല. ഏറ്റുപറയുന്നത് ആവർത്തിക്കില്ലായെന്ന മുദ്രയാണ്. ഈ മുദ്ര ജീവിതത്തിന് വെളിച്ചമേ നല്കൂ.”

അങ്ങനെ എന്റെ അച്ഛനും അമ്മയുംകൂടി ഞാൻ ഗർഭഗൃഹത്തിൽ കിടക്കുമ്പോൾത്തന്നെ എനിക്ക് എന്തെന്തു കാര്യങ്ങളാണ് പറഞ്ഞുതന്നത്. അവരുടെ പരിചരണം എന്റെ മനസ്സിനും ആരോഗ്യത്തിനും തന്ന ഉന്മേഷം എത്ര വലുതായിരുന്നു.

എപ്പോഴും രാത്രി അച്ഛൻ ഉറക്കം പിടിച്ചുകഴിഞ്ഞാൽ അമ്മയ്ക്കൊരു ശീലമുണ്ട്. രാവിലെ എഴുന്നേല്ക്കുന്നത് തൊട്ട് രാത്രി ഉറങ്ങാൻ കിടക്കുന്നതുവരെയുള്ള കാര്യങ്ങളൊക്കെയും വള്ളിപുള്ളി തെറ്റാതെ ഓർത്തെടുക്കുക. അത് അമ്മയുടെ ഒരു വിനോദം കൂടിയായിരുന്നു.

എന്റെ ഓർമ്മശക്തി വർദ്ധിപ്പിക്കാൻ അമ്മ കണ്ടെത്തിയ സൂത്രമായിരുന്നു അത്.

ഞാൻ ഇപ്പോൾ എന്റെ ആത്മകഥ എഴുതുമ്പോൾ പലതും ഓർത്തെഴുതാൻ എനിക്ക് ശക്തി നല്കുന്നത് ഞാൻ ഗർഭഗൃഹത്തിലായിരിക്കുമ്പോൾ അമ്മ എനിക്കായി പാലിച്ച ഈ പരിശീലനങ്ങൾത്തന്നെയായിരുന്നു.

മൂന്ന്

ഇരുന്നൂറ്റി അറുപത് ദിവസത്തെ ഗർഭഗൃഹ വാസത്തിനു ശേഷം ഒരു പുലർക്കാലത്താണ് അമ്മയുടെ ശരീരത്തിൽനിന്നും വേർപെട്ട് ഞാൻ ഭൂമിയിലേക്ക് വന്നത്. അമ്മയുടെ ഗർഭഗൃഹത്തിൽവെച്ച് അമ്മയിലൂടെ ശ്വസനക്രിയ നടത്തിയ ഞാൻ ഭൂമിയിലെ അന്തരീക്ഷത്തോട് പൊരുത്തപ്പെടാൻ ഉറക്കെ കരഞ്ഞു. അപ്പോ ഞാൻ കേട്ട താരാട്ട് അമ്മയുടേതാണെന്ന് ഞാൻ തിരിച്ചറിഞ്ഞു. ഞാനെന്റെ കുഞ്ഞുകണ്ണുകൾ തുറന്ന് അമ്മയെ നോക്കി. ഗർഭഗൃഹത്തിൽ കിടക്കുമ്പോൾ എന്നെ മതിയാവോളം പരിചരിച്ച അമ്മയുടെ കവിളിൽ തൊടാൻ എന്റെ കുഞ്ഞുകൈകൾ ഉയർന്നു. അമ്മ അപ്പോൾ തന്റെ ഉള്ളംകൈയിൽ എന്റെ കുഞ്ഞിളംകൈ ചേർത്തുപിടിച്ച് കിടന്നു. അപ്പോൾ അമ്മയുടെ ഉള്ളംകൈയിലെ ചൂടിന് സ്നേഹത്തിന്റെയും വാത്സല്യത്തിന്റെയും തുടിപ്പ് പ്രപഞ്ചത്തോളം ഉണ്ടെന്ന് ഞാൻ അറിഞ്ഞു.

എന്റെ ജന്മവാർത്ത അറിഞ്ഞ് ആദ്യ ദിവസംതന്നെ എത്ര പേരാണ് എന്റെ അരികിൽ വന്നത്. വാവേ..എന്ന അവരുടെ വിളിയിൽനിന്നും എന്റെ അച്ഛന്റെ ശബ്ദം തിരിച്ചറിയാൻ എനിക്കൊട്ടും പ്രയാസം ഉണ്ടായിരുന്നില്ല.

എനിക്ക് എന്റെ അച്ഛന്റെ കൈകളിലേക്ക് ചെല്ലാൻ

കൊതിയായി. ഞാൻ എന്റെ കൈയും കാലും ഉയർത്തി എന്റെ ആഗ്രഹം പ്രകടിപ്പിച്ചപ്പോൾ അച്ഛൻ എന്നെ ശ്രദ്ധയോടെ എടുത്ത് മടിയിലിരുത്തി ഓമനിച്ചു. ആ ഓമനിക്കൽ അച്ഛാച്ഛനും അമ്മമ്മയും തുടർന്നപ്പോൾ എന്റെ ചുണ്ടിലെ പാൽപ്പുഞ്ചിരി അവരെ ആഹ്ലാദിപ്പിക്കുകയും അവർ വീണ്ടും വീണ്ടും എന്നെ കൊഞ്ചിച്ചുകൊണ്ടിരിക്കുകയും ചെയ്തു.

എനിക്ക് മൂന്ന് വയസ്സുള്ളപ്പോഴാണ് അച്ഛാച്ഛന്റെ പ്രിയ സുഹൃത്ത് കേളുമാഷ് എനിക്ക് ഹരിശ്രീ കുറിച്ച് തന്നത്. പടിഞ്ഞാറൻ ദേശത്തെ തെക്കുമ്പാട് കടവത്തേക്ക് പോകുന്ന വഴി ചമതക്കാട്ടിനടുത്തുള്ള കുന്നിൻ ചരിവിലാണ് കേളുമാഷിന്റെ വീട്. അവിടെ വെച്ച് അദ്ദേഹത്തിന്റെ മടിയിൽ ഇരുന്നാണ് ഞാൻ അറിവിന്റെ ആദ്യാക്ഷരം കുറിച്ചത്.

പ്രകൃതിയോട് ഇഷ്ടക്കൂടുതലുള്ള കേളുമാഷ് നല്ലൊരു കർഷകൻ കൂടിയായിരുന്നു. ഗർഭഗൃഹത്തിൽ കിടക്കുമ്പോൾ അച്ഛൻ എന്നെ പഠിപ്പിച്ച പ്രകൃതിയുടെ മാതൃക ഞാൻ കേളുമാഷിന്റെ മണ്ണിൽ കണ്ടു.

കേളുമാഷിന്റെ കാർഷിക ഭൂമി എന്നും പച്ചപ്പിന്റെ തണലിൽ കുളിർ തന്നിരുന്നു. പടർന്നു പന്തലിച്ച് കിടക്കുന്ന മാവും പിലാവും, രണ്ടാൾ ഉയരത്തിൽ കുമിറ്റി മരത്തെ പൊതിഞ്ഞു കിടക്കുന്ന കുരുമുളക് വള്ളികളും ജേതാക്കളേ പോലെ തല ഉയർത്തി നില്ക്കുന്ന വാഴക്കൂട്ടങ്ങളും, തടിമാടൻ ചേമ്പുകളും ചേനകളും, നിറയെ കുലച്ചുനില്ക്കുന്ന തെങ്ങിൻ കൂട്ടങ്ങളും അടുക്കളത്തോട്ടത്തിൽ കാടുപോലെ കിടക്കുന്ന കറിവേപ്പില ചെടികളും നിറയെ കായിച്ചുനില്ക്കുന്ന മുരിങ്ങ മരവും പുളിമരവുമൊക്കെ കേളുമാഷിന്റെ അദ്ധ്വാനത്തിന്റെ പ്രതിഫലമാണ്.

കേളുമാഷിന്റെ കൃഷിഭൂമിയോട് ചേർന്നുതന്നെ ചെറിയൊരു കുളമുണ്ട്. അച്ഛനെന്നെ നീന്താൻ പഠിപ്പിച്ചത് ആ കുളത്തിൽ വെച്ചാണ്. കുളത്തിനടുത്തുതന്നെ ഒറ്റക്കല്ലിൽ കൊത്തിയെടുത്ത ഒരു ആനപ്പാറഗുഹയുണ്ട്. ആ ഗുഹയ്ക്ക് അകത്തേക്ക് അച്ഛനെന്നെ കൂട്ടിക്കൊണ്ട് പോയിട്ടുണ്ട്. ഒരാൾക്ക് നീണ്ടുനിവർന്ന് നില്ക്കാനും കിടക്കാനും പാകത്തിലുള്ളതായിരുന്നു ആ ആനപ്പാറ ഗുഹ.

കേളുമാഷ് ആ ഗുഹയെക്കുറിച്ച് പറഞ്ഞ ചരിത്രം ഇങ്ങനെയാണ്:

“ആനപ്പാറ ഗുഹയ്ക്ക് പിന്നിലെ കുന്നിൻമുകളിൽ വലിയ കാടാണ്. ആ കാടിനകത്ത് തകർന്നുകിടക്കുന്ന ഒരു ക്ഷേത്രമുണ്ട്. പണ്ട് ടിപ്പു സുൽത്താന്റെ കാലത്ത് തകർക്കപ്പെട്ടതാണ് ആ ക്ഷേത്രം. ആ ക്ഷേത്രം പണിയുന്ന കാലത്ത് ക്ഷേത്രശില്പിക്ക് താമസിക്കാൻ പണിതതാണ് ഈ ഗുഹയെന്ന് ഒരു കൂട്ടർ പറയുന്നു. മറ്റൊരു കൂട്ടർ പറയുന്നത് വില്വമംഗലം സ്വാമി താമസിച്ച ഗുഹയാണെന്നാണ്. അഭിപ്രായങ്ങൾ പലതാണെങ്കിലും ആനപ്പാറ ഗുഹ പണിത ശില്പിയെ ഓർക്കാനാണ് എനിക്ക് ഇഷ്ടം. ശില്പിയെയാണ് നമ്മൾ ആദ്യം ഓർക്കേണ്ടതും. അവരുടെ കഴിവും അദ്ധ്വാനവും എത്ര മഹത്തരമാണ്. ആനപ്പാറ ഗുഹ കാണുമ്പോൾ നമുക്ക് അത് ബോദ്ധ്യമാവുന്നില്ലേ.”

കേളുമാഷ് ഗുഹയുടെ ഓരോ വശവും ചൂണ്ടിക്കാണിച്ചുകൊണ്ട് തുടർന്നു:

“ഇത് ആനയുടെ ഉടൽ. ഇത് ആനയുടെ തുമ്പിക്കൈ. ഇത് ആനയുടെ വാല്. ഇത് ആനയുടെ ചെവി. ഇത് ആനയുടെ കാല്. കണ്ടില്ലേ ആന ഇരിക്കുന്ന രൂപത്തിലാണ് ഗുഹയുള്ളത്. ഒന്നൊന്നര ആളിന്റെ ഉയരത്തിനുള്ള ഒരു പാറ മുഴുവനും കൊത്തിമിനുക്കി ആനയുടെ രൂപത്തിലൊരു ഗുഹ ഉണ്ടാക്കണമെങ്കിൽ ആ ശില്പിയുടെ കഴിവിനെ നമ്മൾ ആദ്യം ആദരിച്ചേ പറ്റൂ.

കേളുമാഷ് ആദ്യാക്ഷരം കുറിച്ചുതന്ന ദിവസം എനിക്ക് കിട്ടിയത് രണ്ട് അറിവായിരുന്നു. ഒന്ന് ശില്പങ്ങൾ ആനന്ദവും ആശ്ചര്യവും തരുമ്പോൾ നാം ആദ്യം ഓർക്കേണ്ടത് ശില്പി എന്ന അത്ഭുത പ്രതിഭയെയാണ്. രണ്ട് അച്ഛനും അമ്മയും പഠിപ്പിച്ചതുപോലെ കാണുന്നതൊക്കെയും സൂക്ഷ്മമായി കണ്ട് മനസ്സിലാക്കാൻ ശീലിക്കണം. വെറും ഒരു ഗുഹ എന്നതിനപ്പുറത്ത് അതിനൊരു ആനയുടെ രൂപമുണ്ടെന്ന് കേളുമാഷ് പറഞ്ഞുതന്നതിന് പിന്നിൽ ഒരു സൂക്ഷ്മ നിരീക്ഷണം ഉണ്ടായിരുന്നല്ലോ. ഞാനത് അച്ഛന്റെ മുന്നിൽ അവതരിപ്പിച്ചപ്പോൾ അച്ഛന്റെ അഭിനന്ദനം വലിയൊരു അംഗീകാരമായിട്ടാണ് ഞാനന്ന് എന്റെ കുഞ്ഞ് മനസ്സിൽ സ്വീകരിച്ചത്.

പിന്നീട് പടിഞ്ഞാറൻ ദേശത്തേക്കുള്ള പ്രഭാത സവാരിയിലൊക്കെ കേളുമാഷെ കാണുക പതിവായി. അപ്പോഴൊക്കെ പല ദിവസങ്ങളിലും കേളുമാഷ് കുളത്തിൽ തിരിഞ്ഞും മറിഞ്ഞും നീന്തുകയായിരിക്കും. കേളുമാഷ് തന്നെയാണ് എന്നെ നീന്താൻ മിടുക്കനാക്കിയത്. കേളുമാഷ് തന്നെയാണ് എന്നിൽ വായനാശീലം വളർത്തിയതും. കേളുമാഷിന്റെ വീട്ടിൽ വലിയൊരു ലൈബ്രറി ഉണ്ട്.

ഒരിക്കൽ എന്നെ തന്റെ ലൈബ്രറിയിലേക്ക് കൂട്ടിക്കൊണ്ട് പോയ കേളുമാഷ് പറഞ്ഞു:

"കണ്ടോ..ഇവിടെ നിറയെ കളിപ്പാട്ടങ്ങളാണ്. നിനക്ക് ഇഷ്ടമുള്ളതെടുത്ത് കളിക്കാം."

എനിക്കൊന്നും മനസ്സിലായില്ല. ഞാൻ ചുറ്റും നോക്കി. നിറയെ പുസ്തകങ്ങളല്ലാതെ കളിപ്പാട്ടങ്ങളൊന്നും ഞാൻ കണ്ടില്ല.

അപ്പോ കേളുമാഷ് എന്നെ ഓമനിച്ചുകൊണ്ട് പറഞ്ഞു:

"ഓരോ പുസ്തകങ്ങളും നമുക്ക് അറിവ് തരുന്ന ഓരോ കളിപ്പാട്ടങ്ങളാണ്. അത് എറിഞ്ഞ് ഉടയ്ക്കാനുള്ളതല്ല. അറിവിന്റെ വൻമലകൾ കളിച്ചും ചിരിച്ചും കയറാനുള്ളതാണ്. മോന് ഈ കേളു അച്ഛാച്ഛൻ പറഞ്ഞത് വല്ലതും മനസ്സിലായോ?"

ഞാൻ മനസ്സിലായെന്ന് തലയാട്ടുകയല്ല ചെയ്തത്. വായന മനുഷ്യനെ അച്ചടക്കമുള്ളവനാക്കുമെന്ന് പറയുകയാണ് ചെയ്തത്.

എന്റെ മറുപടി കേട്ടപ്പോൾ കേളുമാഷ് പൊട്ടിച്ചിരിച്ച് കൊണ്ട് അച്ഛനോട് പറഞ്ഞു:

"പ്രകാശൻ മാഷേ.. മാഷിന്റെ മോൻ മിടുക്കനാണ്ട്ടോ."

അച്ഛൻ അപ്പോ എന്റെ തലയിൽ തലോടി പതുക്കെ ചിരിക്കുകമാത്രം ചെയ്തു.

ഞാൻ മനസ്സിൽ പറഞ്ഞു:

'ഞാൻ മിടുക്കനാണെങ്കിൽ അതിന്റെ മിടുക്ക് എന്റെ അച്ഛനും അമ്മയ്ക്കുമാണ്. കാരണം ഞാൻ ഗർഭഗൃഹത്തിൽ കിടക്കുമ്പോൾത്തന്നെ എനിക്കുവേണ്ടി അവർ എത്രമാത്രം അറിവുകൾ മിണ്ടുകയും പറയുകയും ചെയ്തിട്ടുണ്ട്. അത്

വല്ലാത്തൊരു അറിവ് തന്നെയാണ്. ഞാൻ ബുദ്ധിമാനാണെങ്കിൽ.., ഞാൻ ഓർമ്മശക്തിയിൽ മിടുക്കനാണെങ്കിൽ അത് എന്റെ അച്ഛനും അമ്മയും എനിക്ക് തന്ന അറിവിന്റെ ടോണിക്ക് തന്നെയാണ്.'

കേളുമാഷിന്റെ ലൈബ്രറിയാണ് എന്നിലെ വായനക്കാരനെ സൃഷ്ടിച്ചത്. ആദ്യമൊക്കെ അച്ഛാച്ഛന്റെ കൂടെയായിരുന്നു ഞാൻ കേളുമാഷിന്റെ ലൈബ്രറിയിലേക്ക് പോയിരുന്നത്. പിന്നീട് അച്ഛന്റെ കൂടെ കേളുമാഷിന്റെ ലൈബ്രറിയിൽ ഞാൻ നിത്യസന്ദർശകനായപ്പോൾ കേളുമാഷിന്റെ നിർദ്ദേശം അനുസരിച്ചാണ് ഞാൻ വായിച്ച പുസ്തകങ്ങളെക്കുറിച്ച് കുറിപ്പെഴുതിവെക്കാൻ തുടങ്ങിയത്.

പ്രകൃതി നടത്തവും നീന്തലും കഴിഞ്ഞാൽ എന്റെ വിനോദങ്ങളിൽ പ്രധാനപ്പെട്ടവയാണ് വായനയും കുറിപ്പെഴുത്തും. ഒറ്റ പേജുപോലും വിടാതെ ആറോളം ഡയറിയിൽ നിറയെ ഇപ്പോൾ എന്റെ വായനക്കുറിപ്പുകൾ നിറഞ്ഞു കഴിഞ്ഞു.

ഒരിക്കൽ കേളുമാഷ് ഇങ്ങനെ പറഞ്ഞു:

“ഓരോ കുറിപ്പുകളും നാളെ നിനക്ക് തരാൻ പോകുന്നത് അറിവിന്റെ മഹാസമുദ്രങ്ങളാണ്. അതിന്റെ കൂടെ കൂട്ടിവായിക്കാൻ അപ്പപ്പോൾ ഒരുപാട് കാഴ്ചകളും നിന്റെ കൂടെ ഉണ്ടാവും. ഈ സമ്പത്ത് പങ്കുവെക്കാൻ കൂടിയുള്ളതാണ്. അറിവുകൾ പങ്കുവെക്കുമ്പോഴാണ് അതോടൊപ്പം ചേർത്തുവെക്കാൻ ഇരട്ടി അറിവുകൾ കിട്ടുക.”

കേളുമാഷ് പറഞ്ഞത് സത്യമാണ്.

ഒര് അറിവ് പങ്കിടുമ്പോഴാണ് അതിന് മീതെ മറ്റൊരു അറിവ് വന്നുചേരുക.

എന്റെ അച്ഛനും അമ്മയും എനിക്ക് തന്ന അറിവ് അവരോടൊപ്പം പുസ്തകങ്ങളിലൂടെ ഞാനും വളർത്തിയെടുത്തു.

എന്റെ അറിവ് കേളുമാഷുമായി പങ്കിട്ടപ്പോ കേളുമാഷ് വലിയൊരു അറിവായി എന്നിൽ നിറഞ്ഞു വന്നു.

എന്റെ ആത്മകഥയിൽ കേളുമാഷ് ഒരു അദ്ധ്യായമാവുന്നത് അങ്ങനെയാണ്.

നാല്

കിഴക്കൻ ദേശത്തേക്ക് പ്രഭാത സവാരിക്ക് ഇറങ്ങിയ പ്രകാശൻ മാഷും ദീപാങ്കുരനും ഇപ്പോഴും വള്ളിത്തോടിന്റെ ഇടത്തേകര പിന്നിട്ടിട്ടില്ല. സാധാരണ ഈ നേരത്ത് നീലിയാർ കാടും ചുറ്റി വീട്ടിലേക്ക് തിരിക്കേണ്ട നേരമായി. ദീപാങ്കുരന്റെ ആത്മകഥയിലെ ആദ്യഭാഗം കേട്ട് പതിയെ നടന്നു പോയതാണ് പ്രകാശൻ മാഷ്.

പ്രകാശൻ മാഷ് പറഞ്ഞു:

“മോനെ ദീപൂ...അമ്മയുടെ ഗർഭഗൃഹത്തിലെ നിന്റെ അനുഭവം ആവിഷ്കരിച്ചത് വളരെ ഗംഭീരം ആയിട്ടുണ്ട്ട്ടോ. അച്ഛന് ഒരുപാട് ഇഷ്ടായി.”

ഈ സമയം അച്ഛനെ തൊട്ട് തൊട്ട് നടന്നുകൊണ്ട് ദീപാങ്കുരൻ പറഞ്ഞു:

അച്ഛനും അമ്മയും ആണല്ലോ ഗർഭഗൃഹത്തിലെ എന്റെ പാഠപുസ്തകം. എന്റെ മാത്രമല്ല. ലോകത്തിന്റെ തന്നെ പാഠപുസ്തകം. അച്ഛൻ അമ്മയെയോ അമ്മ അച്ഛനെയോ വഴക്ക് പറഞ്ഞില്ല. തമ്മിൽ തല്ലിയില്ല. ചീത്ത വാക്കുകളൊന്നും പ്രയോഗിച്ചില്ല. സങ്കടപ്പെടുത്തിയില്ല. എനിക്ക് തന്നത് മുഴുവനും നല്ല വാക്കുകളും നല്ല അനുഭവങ്ങളും മാത്രം.

ദീപാങ്കുരന്റെ വാക്കുകൾ കേട്ട് പ്രകാശൻ മാഷ് അഭിമാനം കൊണ്ടു.

പ്രകാശൻ മാഷ് പറഞ്ഞു:

"കേളുമാഷെ ഓർമ്മയിൽ കൊണ്ടുവന്നത് നന്നായി. ഗുരുത്വം നമ്മെ എപ്പോഴും പ്രകാശിപ്പിച്ചുകൊണ്ടേയിരിക്കും. കേട്ടോ."

ദീപാങ്കുരൻ ശരിയെന്ന അർത്ഥത്തിൽ തലയാട്ടി.

കിഴക്കേ ആകാശചരിവിൽ വലിയൊരു മഞ്ഞപ്പൊട്ടുപോലെ കിടക്കുകയാണ് പ്രഭാതസൂര്യൻ.

ഞായറാഴ്ച ആയതുകൊണ്ട് പ്രകാശൻ മാഷ് നടത്തത്തിന് ധൃതി കൂട്ടിയതേ ഇല്ല. പിന്നെ മകന്റെ ആത്മകഥ കേൾക്കാനും ഒരു സുഖവും ഉണ്ടല്ലോ.

പ്രകാശൻ മാഷ് ചോദിച്ചു:

"ആത്മകഥയുടെ അടുത്ത ഭാഗം എങ്ങനെയാ മോനെ?"

ദീപാങ്കുരൻ പറഞ്ഞു:

"എന്റെ വിദ്യാലയവും സഹപാഠിയും. ഒന്നാം ക്ലാസിലെ ഭാരതി ടീച്ചർ മുതൽ ഏഴാം ക്ലാസിലെ ഇപ്പോഴത്തെ എന്റെ അദ്ധ്യാപകൻ ഭരതൻ മാഷുവരെയുള്ള ഏഴ് ഗുരുക്കന്മാരെ കുറിച്ചും എനിക്ക് പറയാനുണ്ട്. പിന്നെ ഗർഭഗൃഹത്തിലെ പാഠഭാഗം അനുസരിച്ച് ഞാനെന്റെ സഹപാഠിയായ അനിലിനെ മിടുക്കനാക്കിയ രസകരമായ കഥയും എന്റെ ആത്മകഥ വായിക്കപ്പെടുന്നവർക്ക് ഉപകാരമായേക്കും."

"എന്നാ ആദ്യം ആ കഥ കേട്ടാലോ മോനെ?."

"ഗുരുത്വം അല്ലെ അച്ഛാ ആദ്യം പ്രകാശിപ്പിക്കേണ്ടത്. ഒറ്റവാചകത്തിൽ അവ ഓരോന്ന് രേഖപ്പെടുത്തിക്കഴിഞ്ഞാൽ തന്നെ അത് വാചാലമായി എന്ന് ഞാൻ കരുതും. അക്ഷരങ്ങൾ കൂട്ടിവായിക്കാൻ പഠിപ്പിച്ചതും അക്ഷരങ്ങളുടെ ശക്തി നിഷേധിക്കാൻ പറ്റാത്ത ഒന്നാണെന്ന ബോധം ഉണ്ടാക്കി ത്തന്നതും ഭാരതി ടീച്ചറാണ്. കണക്ക് ഭയപ്പെടുത്തുന്ന വില്ലനല്ലെന്നും നന്നായി രസിപ്പിക്കുന്ന നായകനാണെന്നും എനിക്ക് അനുഭവപ്പെടുത്തി തന്നത് കണ്ണൻ മാഷാണ്.

മലയാളത്തിനകത്തെ സാഹിത്യം പഠിപ്പിച്ചത് യശോദ ടീച്ചറും, സാമൂഹ്യപാഠത്തിലേക്ക് എന്നെ ഉത്സാഹത്തോടെ നടത്തിച്ചത് വിലാസിനി ടീച്ചറുമാണെങ്കിൽ ചരിത്രത്തിന്റെ പടവുകൾ കയറാൻ എനിക്ക് ആവേശം തന്നത് ഭരതൻ മാഷാണ്. കായിക അദ്ധ്യാപകൻ ഇല്ലെങ്കിലും ഞങ്ങളുടെ ഓട്ടവും ചാട്ടവും നിയന്ത്രിച്ചിരുന്നതും ചരിത്രം പഠിപ്പിക്കുന്ന ഭരതൻ മാഷ് തന്നെയായിരുന്നു. ഹിന്ദി പഠിപ്പിച്ച ഗൗരി ടീച്ചറും ഇംഗ്ലീഷ് പറഞ്ഞുതന്ന നളിനി ടീച്ചറും രണ്ടു വിഷയത്തേയും യുദ്ധം ചെയ്ത് തോല്പിക്കാൻ എന്റെ കൂടെ നിന്നവർ തന്നെ. ഗുരുക്കന്മാരിൽ ദേഷ്യക്കാരൻ സയൻസ് പഠിപ്പിച്ച ശ്രീധരൻ മാഷായിരുന്നു. മാഷിന്റെ കണ്ണുരുട്ടൽ പേടിച്ച് മറ്റ് വിഷയത്തേക്കാൾ ഒരു മാർക്കെങ്കിലും കൂടുതൽ ഞാൻ എപ്പോഴും സയൻസിൽ വാങ്ങുമായിരുന്നു. ശ്രീധരൻ മാഷ് തന്നെയായിരുന്നു ഞങ്ങളുടെ സ്കൂളിലെ പ്രധാന അദ്ധ്യാപകൻ. പിന്നെ ഉപ്പുമാവും കഞ്ഞിയും വെച്ച് വിളമ്പിത്തരുന്ന ശ്യാമളേച്ചിയോടും എനിക്ക് ഏറെ ബഹുമാനമാണ്.

ഏവരേയും ബഹുമാനിക്കുക എന്ന ആ ഒരു ഗുണം എനിക്ക് കിട്ടിയത് അമ്മയുടെ ഗർഭഗൃഹത്തിൽവെച്ച് തന്നെയായിരുന്നല്ലോ. എത്ര മനോഹരമായിട്ടാണ് അച്ഛന്റെ വാക്കുകൾ അമ്മ എനിക്കായി ഏറ്റെടുത്ത് തന്നത്.

ആ പുണ്യത്തിന് മനസ്സുകൊണ്ട് ഞാൻ ഇപ്പോഴും അവരുടെ പാദ പൂജ നിർവ്വഹിച്ചുകൊണ്ടേ ഇരിക്കുന്നു."

മകന്റെ വാക്കുകളിൽ മനസ്സ് നിറയെ സന്തോഷം വന്ന് നിറഞ്ഞ പ്രകാശൻ മാഷ് ഇങ്ങനെ പറഞ്ഞു:

"മാനസിക വളർച്ചയും ബുദ്ധി വികാസവും ആരോഗ്യവുമുള്ള ഒരു കുഞ്ഞ് പിറവി എടുക്കുന്നതും ആ കുഞ്ഞ് അഭിമാനമായി വളരുന്നതും സ്വപ്നം കാണുക മാത്രമല്ല ഞാനും നിന്റെ അമ്മയും കൂടി ചെയ്തത്. നീ ഗർഭസ്ഥശിശുവായി കിടക്കുമ്പോൾത്തന്നെ നിന്റെ ഭാവിക്കുവേണ്ടിയുള്ള ഒരുക്കങ്ങൾ ഞങ്ങൾ ചെയ്തുതുടങ്ങിയിരുന്നു. ഗർഭസ്ഥശിശുവായിരിക്കുമ്പോൾത്തന്നെ നീ അച്ഛന്റെയും അമ്മയുടെയും നല്ലവാക്കുകൾ

നന്നായി ഗ്രഹിച്ചു. ഞാനും നിന്റെ അമ്മയുംകൂടി നിനക്ക് വിളമ്പിത്തന്ന അറിവുകളൊക്കെയും മുൻകൂട്ടി നിശ്ചയിച്ചതായിരുന്നു. നീ പിറവിയെടുക്കുമ്പോൾത്തന്നെ നിന്റെ തലച്ചോറിനകത്ത് ഇത്തിരി അറിവുകൾ ഉണ്ടാവണമെന്ന് ഞങ്ങൾ നേരത്തെ തീരുമാനിച്ചിരുന്നു. നമ്മുടെ ആലോചനകളും പ്രതീക്ഷകളും തെറ്റിയില്ല. നീ ഗർഭഗൃഹത്തിൽനിന്നും കേട്ട് പഠിച്ച പാഠങ്ങൾ ഇപ്പോൾ നിനക്ക് നന്നായി ഉപകരിക്കുന്നുണ്ടെന്ന് ഞങ്ങൾ മനസ്സിലാക്കുന്നു. നിനക്ക് തന്ന വിറ്റാമിൻ ഗുളിക വെറുതെയായില്ല."

വിറ്റാമിൻ ഗുളികയോ?

ദീപാങ്കുരന്റെ മുഖത്തെ ചോദ്യഭാവം കണ്ട് പ്രകാശൻ മാഷ് ചിരിച്ചു:

"മോനെ.. കുട്ടികൾക്ക് കൊടുക്കേണ്ട ഏറ്റവും പ്രധാനപ്പെട്ട വിറ്റാമിൻ ഗുളികയാണ് അറിവ്. ഗർഭസ്ഥശിശുവായിരിക്കുമ്പോഴും തുടർന്നും ആ ഗുളിക കുട്ടികൾക്ക് വേണ്ടുവോളം നല്കണം. അത് കുട്ടികളുടെ ജീവിതശൈലിതന്നെ മാറ്റും."

പ്രകാശൻ മാഷ് വള്ളിത്തോട്ടിന്റെ കരയിൽനിന്നും നീലിയാർ കാട്ടിലേക്കുള്ള വരമ്പിലേക്ക് ഇറങ്ങുന്നതിനിടയിൽ തുടർന്നു:

"ഇനിയും ധാരാളം പുതിയ പുതിയ വിറ്റാമിൻ ഗുളികകൾ നീ കഴിക്കാനുണ്ട്. അതൊക്കെ പതിയെ പതിയെ ആകാം. ഇപ്പോൾ നീ നേരത്തെ പറഞ്ഞുതുടങ്ങിയ അനിൽ എന്ന സഹപാഠിയെ നല്ലവനാക്കിയ കഥ കേൾക്കട്ടെ."

അച്ഛന്റെ കൂടെ നീലിയാർ കാട്ടിലേക്ക് നടക്കുമ്പോൾ ദീപാങ്കുരൻ പറഞ്ഞു:

"കഥ നടക്കുന്നത് നമ്മുടെ വടക്കൻ ദേശത്താണ്. കുറുവക്കാട്. പിന്നെ കാരക്കുന്ന്. കാരക്കുന്ന് കയറി ഇറങ്ങിയാൽ പാടിപ്പുഴ. എന്റെ സഹപാഠിയായ അനിലിന്റെ വിഹാര കേന്ദ്രമായിരുന്നു ഞാനീ പറഞ്ഞ ഇടങ്ങളൊക്കെ."

ദീപാങ്കുരൻ നീലിയാർ കാടിന്റെ പ്രവേശന കവാടത്തിന് അരികിലുള്ള പാറപ്പുറത്ത് അച്ഛന് അഭിമുഖമായിരുന്നുകൊണ്ട് കഥ തുടർന്നു:

അനിൽ പഠനത്തിന്റെ കാര്യത്തിൽ എല്ലാ വിഷയത്തിലും അമ്പതിൽ അഞ്ചിൽ താഴെ മാർക്കേ വാങ്ങാറുള്ളു. ഇംഗ്ലീഷിലും ഹിന്ദിയിലും കണക്കിലും ടീച്ചർമാർ കുമ്പളങ്ങയാണ് അവന് കൊടുക്കാറ്. അങ്ങനെ ക്ലാസിലെ കുട്ടികൾക്കെല്ലാം അവനൊരു പരിഹാസ കഥാപാത്രമായിരുന്നു. കൂടെ പഠിക്കുന്നവർ നിരന്തരം അവനെ പരിഹസിക്കുന്നത് തെറ്റാണെന്ന് എനിക്ക് തോന്നിയിട്ടുണ്ട്. അവൻ പഠനത്തിൽ പിന്നോക്കം പോയിക്കൊണ്ടിരിക്കുമ്പോൾ അവനെ മുൻനിരയിലേക്ക് നടത്തിക്കേണ്ട കടമ ഞങ്ങളുടെ ഗുരുക്കന്മാർക്ക് ഉണ്ടായിരുന്നു. എന്നാൽ അവരാരും അക്കാര്യത്തിൽ അവനോട് വേണ്ട രീതിയിൽ ഇടപെട്ടിരുന്നില്ല. അത് വലിയൊരു കുറ്റമായിത്തന്നെയാണ് എനിക്ക് ആരോപിക്കാനുള്ളത്. പഠനത്തോട് മികവുകാട്ടുന്ന കുട്ടികളോട് മാത്രം വാത്സല്യവും ശ്രദ്ധയും കാട്ടുന്ന ഗുരുക്കന്മാരുടെ മനസ്സ് മാറേണ്ടതുണ്ട്. വിദ്യാലയത്തിന് അകത്തേക്ക് പോകുന്ന കുട്ടി നിരന്തരം പരിഹാസത്തോടെ ഇറങ്ങിവരുന്നുണ്ടെങ്കിൽ അത് അവന്റെ മാത്രം കുറ്റമല്ല. വിദ്യാലയത്തിനുമുണ്ട് ആ കുറ്റത്തിന് വലിയ പങ്ക്.

ഞാൻ എന്റെ സഹപാഠിയിലേക്ക് തന്നെ വരാം. തെക്കുമ്പാട്ടെ യശോദ ടീച്ചറായിരുന്നു അന്ന് നമ്മുടെ ക്ലാസ് ടീച്ചർ. ഞങ്ങളുടെ ക്ലാസിൽ അന്ന് മുപ്പത് കുട്ടികൾ ഉണ്ടായിരുന്നു. പതിനഞ്ച് ആൺകുട്ടികളും പതിനഞ്ച് പെൺകുട്ടികളും. കാൽക്കൊല്ല പരീക്ഷയുടെ പ്രോഗ്രസ് കാർഡ് നല്കുന്ന ദിവസം. ഇരുപത്തിയൊമ്പതു പേർക്കും പ്രോഗ്രസ് കാർഡ് നല്കിയതിനു ശേഷം യശോദ ടീച്ചർ ക്ലാസിലെ എല്ലാ കുട്ടികളും കാണത്തക്കവിധം അനിലിന്റെ കാർഡ് ഉയർത്തിപ്പിടിച്ചുകൊണ്ട് പറഞ്ഞു:

"ഈ ക്ലാസിലെ മിടുമിടുക്കന്റെ പ്രോഗ്രസ് കാർഡ് കണ്ടോ. നിറയെ ചോന്നവര. ഓരോ ചോന്നവരയ്ക്ക് മുകളിലും പൂജ്യം തൊട്ട് അഞ്ചുവരെയുള്ള മാർക്ക്. കുട്ടികളായാൽ ഇങ്ങനെ വേണം പഠനത്തിൽ മികവ് കാട്ടാൻ."

യശോദ ടീച്ചർ അതും പറഞ്ഞ് പ്രോഗ്രസ് കാർഡ് അനിലിന് കൊടുത്തു. അനിൽ ആ കാർഡ് തന്റെ പുസ്തക സഞ്ചിയിൽ

വെച്ച് തലകുമ്പിട്ടിരുന്നു. ടീച്ചറുടെ പരിഹാസം സഹപാഠികളും ഏറ്റെടുത്തതോടെ അനിൽ കരഞ്ഞുകൊണ്ടാണ് അന്ന് വീട്ടിലേക്ക് പോയത്.

പിന്നീടുള്ള ഒരാഴ്ച അനിൽ ക്ലാസിൽ വന്നില്ല. അനിൽ ക്ലാസിൽ വരാത്ത കാര്യം യശോദ ടീച്ചർ പ്രധാന അദ്ധ്യപകനായ ശ്രീധരൻ മാഷിന്റെ ശ്രദ്ധയിൽപെടുത്തി. അടുത്ത ദിവസം ശ്രീധരൻ മാഷ് അനിലിന്റെ വീട്ടിൽ ചെന്നു. വീട് കാണിച്ചു കൊടുക്കാനായി ക്ലാസ് ലീഡറായ ഞാനും മാഷിന്റെ കൂടെ ഉണ്ടായിരുന്നു.

അനിലിന്റെ അച്ഛൻ പറഞ്ഞു:

“മാഷെന്തായീ പറയുന്നെ..അവൻ രാവിലെ ഒമ്പതുമണി ആകുമ്പോൾത്തന്നെ സ്ക്കൂളിലേക്കെന്നും പറഞ്ഞ് പുസ്ത കവുമായി ഇവിടേന്ന് ഇറങ്ങുന്നുണ്ടല്ലോ. നാലരയാകുമ്പോൾ തിരിച്ചെത്തുകയും ചെയ്യുന്നുണ്ട്.”

ഒന്ന് നിർത്തി അനിലിന്റെ അച്ഛൻ തുടർന്നു:

“അവന്റെ കാര്യത്തിൽ അതൊക്കെയൊരു ചടങ്ങാ മാഷേ. പഠനത്തിൽ അവൻ വലിയ കുമ്പളങ്ങയാണെന്ന് മാഷ്ക്കും അറിയാലോ. പറഞ്ഞാ ഇത്തിരി പോലും അനുസരണയില്ല. ചവിട്ടും കുത്തും എത്ര കൊടുത്തിട്ടെന്താ വേണ്ടെ. ഒരു കൂസല് വേണ്ടെ. അവൻ വൈകുന്നേരം ഇങ്ങോട്ട് കയറി വരുമല്ലോ. ഞാൻ ശരിക്ക് കൊടുത്തോളാം മാഷേ. കള്ള സ്വഭാവാ ചെക്കന്. വെറും കള്ള സ്വഭാവം.”

അനിലിന്റെ അച്ഛൻ അങ്ങനെ മകനെക്കുറിച്ച് കുറ്റം പറഞ്ഞുകൊണ്ടേയിരിക്കെ അവന്റെ അമ്മ കോലായിൽ ചുമരും ചാരി നിന്നതല്ലാതെ ഒന്നും മിണ്ടിയില്ല. ആ അമ്മയുടെ കണ്ണുകൾ നിറഞ്ഞ് വരുന്നത് എനിക്കപ്പോൾ കാണാമായിരുന്നു.

ഞാനും ശ്രീധരൻ മാഷും അനിലിന്റെ വീട്ടിൽനിന്നും ഇറങ്ങി. ഞാൻ അപ്പോൾ ചിന്തിച്ചത് ഇങ്ങനെയായിരുന്നു:

മകനെക്കുറിച്ച് കുറ്റം പറയുന്ന പിതാവ്.
മകനെക്കുറിച്ചുള്ള സങ്കടം സഹിക്കുന്ന മാതാവ്.
തന്നിഷ്ടം കാട്ടിനടക്കുന്ന മകൻ.

കുറ്റം ആരുടേതാണ്? ഉത്തരം എനിക്ക് എളുപ്പം തന്നെ കിട്ടി.

ജീവിതം പഠിച്ച രക്ഷിതാക്കൾ നല്ല പാഠങ്ങളാണ് മക്കളെ പഠിപ്പിക്കേണ്ടത്.

അനിലിനെ കുറ്റപ്പെടുത്താൻ എന്റെ മനസ്സ് തയ്യാറായില്ല. അവന്റെ കൂടെ നില്ക്കാൻ എന്റെ മനസ്സ് കൊതിച്ചു.

ശ്രീധരൻ മാഷിന്റെ കൂടെ തിരികെ സ്ക്കൂളിലേക്ക് നടക്കുമ്പോഴാണ് കുറുവക്കാട്ടിൽ ഞങ്ങളാ കാഴ്ച കണ്ടത്.

കാട്ടുമാവിന്റെ തണലിൽ ചുരുണ്ടുകൂടി കിടന്നുറങ്ങുന്ന അനിലിനെ ഞാൻ തട്ടിവിളിച്ചു. എന്നെയും ശ്രീധരൻ മാഷേയും കണ്ടപ്പോൾ അനിൽ ഭീതിയോടെ ചാടിയെഴുന്നേറ്റു.

ശ്രീധരൻ മാഷിന്റെ സ്വഭാവം വെച്ച് മാഷവനെ തല്ലുമെന്നും ശാസിക്കുമെന്നുമാണ് ഞാൻ കരുതിയത്. എന്നാൽ മാഷ് പറഞ്ഞത് ഇങ്ങനെയാണ്:

“മോനെ.. ഞങ്ങള് നിന്റെ വീട്ടിൽ പോയിരുന്നു. ഒരു കുട്ടിക്ക് കിട്ടേണ്ട അന്തരീക്ഷം നിന്റെ വീട്ടിൽ ഇല്ലെന്ന് എനിക്ക് മനസ്സിലായി. അച്ഛനും അമ്മയും നല്ലവരാണെങ്കിൽ മക്കളും നല്ലവരാകും. നല്ലവരാകണം. അവരുടെ ചിന്തകൾ പോലെയാണ് കുട്ടികളുടെ ഭാവി. എന്നാൽ അച്ഛനും അമ്മയും മോശക്കാരാണെങ്കിൽ മക്കളും അവരുടെ വഴിയേ പോകുന്നത് നല്ല രീതിയല്ല. അച്ഛൻ രണ്ട് തെറ്റ് പറയുമ്പോൾ മക്കള് നാല് തെറ്റ് തിരിച്ചു പറയുന്നതിലേക്ക് വളരരുത്. ക്ഷമയോടെ ഒരു ശരിയെങ്കിലും പറയാൻ കുട്ടികൾ പഠിക്കണം. ശരിയേ പറയൂ എന്ന് പ്രതിജ്ഞ എടുക്കണം. പഠനത്തിൽ പിന്നോക്കം പോയി പരിഹാസം വേണ്ടുവോളം ഏറ്റുവാങ്ങിയ നീ പഠനത്തിൽ മികവ് കാട്ടി അനുമോദനം വാങ്ങാൻ ശീലിക്കണം. ഇന്ന് ഇങ്ങനെ പോകട്ടെ. നാളെ മിടുക്കനായി സ്ക്കൂളിൽ വന്നോളണം കേട്ടോ.”

അനിലിന്റെ മുഖത്തെ പേടി മാറി അവൻ കരയാൻ തുടങ്ങി.

അന്ന് മാഷിന്റെ കൂടെ ഞാൻ സ്ക്കൂളിലേക്ക് തിരിച്ച് പോയില്ല. ആ ഒരു ദിവസം അനിലിന്റെ കൂടെ കൂടാൻ ശ്രീധരൻ മാഷ് എനിക്ക് അനുമതി തന്നു.

നല്ല കൂട്ട് കെട്ട് ഉണ്ടാക്കാനുള്ള മാഷിന്റെ നല്ല തീരുമാനം ആയിരുന്നു അത്.

ഞാനും അനിലും കുറുവക്കാട്ടിലൂടെ പതിയെ നടന്നു.

രാവിലെ സ്ക്കൂളിലേക്ക് എന്ന് പറഞ്ഞ് വീട്ടിൽനിന്നും ഇറങ്ങുന്ന അനിലിന്റെ ഒരുദിവസം പൂർത്തിയാവുന്നത് കുറുവക്കാടും കാരക്കുന്നും പാടിപ്പുഴയും ചുറ്റി നടന്ന് തിരികെ വീട്ടിൽ എത്തുമ്പോഴാണ്. കഴിഞ്ഞ ഏഴു ദിവസം കുറുവക്കാട്ടിൽ വെച്ച് അവൻ കണ്ട കൗതുകങ്ങളും അവൻ ചെയ്ത കുസൃതികളും കേൾക്കാൻ നല്ല രസവും ആലോചിക്കുമ്പോൾ വിജ്ഞാനപ്രദവുമായിരുന്നു.

കുറുവക്കാട്ടിൽ വെച്ചാണ് കുരുവി കൂട് കെട്ടുന്നത് അനിൽ ശ്രദ്ധിച്ചത്. ചെറുനാരുകൾ കൊത്തിപ്പെറുക്കി കുരുവി കൂട് കെട്ടുന്നത് അനിൽ എനിക്ക് പറഞ്ഞുതരികയും കുരുവിയുടെ ആ പുതിയ വീട് എനിക്ക് കാണിച്ചുതരികയും ചെയ്തു.

എന്തു ഭംഗിയായിട്ടാണ് കുരുവി ചെറുനാരുകൾകൊണ്ട് മനോഹരമായ കൂട് ഒരുക്കിയിരിക്കുന്നത്. കുരുവിയുടെ അദ്ധ്വാനത്തെക്കുറിച്ചും ഭാവനാപൂർണ്ണമായ കൂടൊരുക്കത്തെക്കുറിച്ചും ഓർത്തപ്പോൾ എനിക്ക് ശരിക്കും അത്ഭുതമാണ് തോന്നിയത്.

ഞാൻ അനിലിനോട് പറഞ്ഞു:

“കുരുവി കൂടൊരുക്കുന്നത് അതിന്റെ സുരക്ഷിതത്വത്തിന് വേണ്ടിയാണ്. കുരുവിയുടെ സ്വപ്നവും ഭാവനയും അദ്ധ്വാനവുമാണ് അതിന് മനോഹരമായ ഒരു കൂടൊരുക്കിക്കൊടുത്തത്. നമുക്കും ഇതുപോലെ സ്വപ്നങ്ങൾ കൊണ്ടൊരു കൂടൊരുക്കണം. പിന്നെ അദ്ധ്വാനത്തിലൂടെ അത് പൂർത്തിയാക്കണം. അതിന് നമുക്ക് ആദ്യം വേണ്ടത് സ്വപ്നങ്ങൾ കാണാനുള്ള അറിവാണ്. പാതി അറിവ് കിട്ടുന്നത് ഗുരുക്കന്മാരിൽനിന്നാണ്. പാതി അറിവ് നമ്മൾ കണ്ടെത്തണം. അതിനാണ് നമ്മൾ ഗുരുക്കന്മാർ തന്ന പാതി അറിവ് ഉപയോഗപ്പെടുത്തേണ്ടത്. നമുക്ക് അറിവ് തരുന്നവരൊക്കെ ഗുരുക്കന്മാരാണ്. അവരിൽ പ്രധാനികളാണ് അച്ഛനും അമ്മയും അദ്ധ്യാപകരും.”

എന്റെ വർത്താനം കേട്ട് അനിൽ ഉറക്കെ ചിരിച്ചു.

അവൻ പറഞ്ഞു:

“അറിവ് നല്ലതും ഉണ്ട് ചീത്തയും ഉണ്ട്. ചീത്ത അറിവ് പറഞ്ഞുതരുന്ന എന്റെ ഗുരുക്കന്മാരാണ് എന്റെ അച്ഛനും അമ്മയും. അച്ഛൻ നല്ലൊരു കള്ളുകുടിയനാണെന്ന് ഞാൻ അമ്മയുടെ വയറ്റിൽ കിടക്കുമ്പോൾത്തന്നെ മനസ്സിലാക്കിയിരുന്നു. അച്ഛൻ അമ്മയെ ചവിട്ടുകയും കുത്തുകയും തെറിവിളിക്കുകയും ചെയ്യുമ്പോൾ അതിന്റെ പാതി ഞാനും അനുഭവിച്ചിരുന്നു. തെറിവാക്ക് പറഞ്ഞ് മത്സരിക്കുന്നതിൽ എന്റെ അമ്മയും മിടുക്കത്തിയായിരുന്നു. സഹനശക്തി നഷ്ടപ്പെടുമ്പോഴാണ് അമ്മ തെറിവാക്കുകൾകൊണ്ട് ഭ്രാന്തിയാവുന്നതെന്ന് ഞാൻ മനസ്സിലാക്കിയിട്ടുണ്ട്. എന്റെ പ്രതികരണങ്ങൾ മുഴുവനും നിലവിളികളും കണ്ണുനീരുമായിരുന്നു. കലി കയറിയാൽ അച്ഛൻ എന്നെയും വെറുതെ വിടാറില്ല. ആദ്യം ചെയ്യുക വീട്ടിനകത്തെ എന്റെ പാഠപുസ്തകങ്ങൾ മുറ്റത്തേക്ക് വലിച്ചെറിയുകയാണ്. പിന്നെ കുഞ്ഞു മനസ്സിൽ നിറയ്ക്കാൻ വേണ്ടുവോളം തെറിവാക്കുകളും തരും.”

അനിൽ അവന്റെ കൈയിലെ പാഠപുസ്തകങ്ങൾ എന്നെ കാണിച്ചു. അച്ഛൻ വലിച്ചെറിഞ്ഞപ്പോൾ കീറിപ്പോയ പാഠപുസ്തകങ്ങൾ. മണ്ണ് പുരണ്ട നോട്ട് ബുക്കുകൾ. ഞാൻ അവന്റെ മലയാളം പാഠപുസ്തകത്തിൽനിന്നും നിറയെ ചോന്നവരയുള്ള പ്രോഗ്രസ് കാർഡ് കൈയിലെടുത്തു. അച്ഛനും അമ്മയും പഠിപ്പിച്ച പാഠത്തിന് അവന് കിട്ടിയ ഫുൾ മാർക്കാണ് പ്രോഗ്രസ് കാർഡിലെ ചോന്നവരകൾ മുഴുവനുമെന്ന് പറയാൻ എനിക്കപ്പോൾ തോന്നി.

അനിൽ എന്റെ കൈയിൽനിന്നും പ്രോഗ്രസ് കാർഡ് വാങ്ങി പുസ്തകത്തിനിടയിൽ തിരുകിവെക്കുമ്പോൾ ഞാൻ തീരുമാനിച്ചിരുന്നു അടുത്ത അരക്കൊല്ല പരീക്ഷയിൽ അവന്റെ പ്രോഗ്രസ് കാർഡിൽ നിറയെ പച്ചവരകളായിരിക്കുമെന്ന്.

കുറുവക്കാട്ടിൽനിന്നും കാരക്കുന്ന് കയറുമ്പോൾ അനിൽ എന്നോട് പറഞ്ഞു:

'ഞാനൊരു പ്രതിജ്ഞ എടുക്കുന്നു. തെറ്റുകൾ ഉണ്ടാവുമ്പോഴാണ് ശിക്ഷ ഉണ്ടാവുന്നത്. ഞാനിനി തെറ്റുകാരനാവില്ല. കൂട്ടുകാരാ നിനക്ക് നന്ദി.'

അടുത്ത ദിവസം അവൻ അത് എന്നോട് പറഞ്ഞു. അന്നു തൊട്ട് ഞാൻ അവന്റെ വീട് വഴിയായിരുന്നു സ്ക്കൂളിലേക്ക് പോയതും തിരികെ എന്റെ വീട്ടിലേക്ക് വന്നതും. ആദ്യമൊക്കെ അനിലിന്റെ അച്ഛൻ എന്നോട് ഇത്തിരി ഇഷ്ടക്കേട് കാട്ടിയിരുന്നു. പിന്നീട് അത് മാറി. എന്നാൽ എല്ലായ്പ്പോഴും അവന്റെ അമ്മ മകന്റെ നല്ല കൂട്ടുകാരനായിട്ടുതന്നെയാണ് എന്നെ കണ്ടത്. അതിനിടയിൽ സ്ക്കൂളിൽ അവനൊരു ഇരട്ടപ്പേര് കിട്ടിയിരുന്നു. കാട്ടിൽ കൂടി.

ഒരാഴ്ച ക്ലാസിൽ വരാതെ കുറുവക്കാട്ടിൽ തന്റെ പകൽ സമയം ചെലവഴിച്ച അനിലിന് ശ്രീധരൻ മാഷ് ഇട്ട ഇരട്ടപ്പേരായിരുന്നു കാട്ടിൽ കൂടി. കുട്ടികൾ ആ പേര് കളിയാക്കി വിളിക്കുമ്പോൾ അനിൽ ചിന്തിച്ചത് ഇങ്ങനെയായിരുന്നു:

'പരിഹാസം ഞാൻ അർഹിക്കുന്നത് തന്നെ. അത് കഴിഞ്ഞ കാര്യം. അതോർത്ത് ഞാൻ സമയം കളയേണ്ട കാര്യമില്ല. ഓരോ മിനിട്ടും വിലപ്പെട്ടതാണ്. കൂട്ടുകാരാ, നിന്റെ ഉപദേശത്തിന് ഒരിക്കൽക്കൂടി ഒരുപാട് നന്ദി.'

അനിലിന്റെ വാക്കുകൾ എനിക്ക് ഒരുപാട് സന്തോഷം തന്നു.

ക്ലാസിലെ പാഠങ്ങൾ ഞാനും അനിലും മത്സരിച്ചു പഠിച്ചു. ശനിയാഴ്ച ദിവസങ്ങളിൽ ഞാനും അവനും ടീച്ചറും കുട്ടിയും കളിച്ചു. അവൻ എനിക്ക് സാമൂഹ്യപാഠം ക്ലാസെടുത്തപ്പോൾ ഞാനവന് കണക്ക് പറഞ്ഞുകൊടുത്തു. ഞാൻ അവന് ഇംഗ്ലീഷ് ക്ലാസെടുത്തപ്പോൾ അവൻ എനിക്ക് സയൻസ് പറഞ്ഞുതന്നു. അവൻ എനിക്ക് ചരിത്രം ക്ലാസെടുത്തപ്പോൾ ഞാൻ അവന് ഹിന്ദി പറഞ്ഞുകൊടുത്തു.

ഞങ്ങളുടെ ടീച്ചറും കുട്ടിയും കളി കണ്ട് അനിലിന്റെ അച്ഛനും അമ്മയും ഐക്യപ്പെട്ട് ചിരിക്കാൻ തുടങ്ങിയപ്പോ എനിക്ക് ഒരുപാട് സന്തോഷമായി. അനിലിന്റെ അച്ഛൻ ഞങ്ങൾക്ക് മിഠായി വാങ്ങിത്തന്നു. തള്ളക്കോഴി തന്റെ കുഞ്ഞു

ങ്ങളെ ചിറകിനുള്ളിൽ ഒതുക്കുന്നതുപോലെ അനിലിന്റെ അമ്മ ഞങ്ങളെ ചേർത്തുപിടിച്ചു. അവരുടെ അനുവാദത്തോടെ ഞങ്ങൾ പാടിപ്പുഴയിൽ ചെന്ന് ചൂണ്ടയിട്ട് ചെറുമീനുകളെ പിടിച്ച് കൊണ്ടുവന്ന് ചുട്ട് തിന്നു. അപ്പോൾ കുട്ടികളെപ്പോലെ അവന്റെ അച്ഛനും അമ്മയും ഞങ്ങളോടൊപ്പം കൂടി. അനിലിന്റെ അച്ഛൻ ഇതിനിടയിൽ മദ്യപാനം നിർത്തിയില്ലെങ്കിലും കുടുംബത്തിൽ അച്ചടക്കം പാലിക്കാൻ പഠിച്ചിരുന്നു.

ഒരു ഞായറാഴ്ച ഞങ്ങൾ പരീക്ഷാക്കളി കളിച്ചു. എല്ലാ വിഷയത്തിൽനിന്നും മുമ്മൂന്ന് ചോദ്യങ്ങൾ. അങ്ങനെ ആകെ പതിനെട്ട് ചോദ്യങ്ങൾ. അവൻ എനിക്ക് പതിനെട്ട് ചോദ്യങ്ങൾ തന്നു. ഞാൻ അവനും പതിനെട്ട് ചോദ്യങ്ങൾ കൊടുത്തു.

ഒറ്റവാക്കിൽ ഉത്തരം എഴുതാനായിരുന്നു ചോദ്യങ്ങൾ. പതിനെട്ട് മിനിറ്റുകൊണ്ട് ഉത്തരങ്ങൾ എഴുതി കൈമാറണം. ഒരു ചോദ്യത്തിന് ഒരു മിനിറ്റ്. ഞങ്ങൾ ആലോചിച്ച് ഉത്തരം എഴുതി. എനിക്ക് പതിനഞ്ച് മാർക്കും അനിലിന് പതിമൂന്ന് മാർക്കും കിട്ടി. തെറ്റിയ ചോദ്യത്തിന്റെ ഉത്തരം ഞങ്ങൾ ടെസ്റ്റ് ബുക്ക് നോക്കി കണ്ടെത്തി പഠിച്ചു.

അനിലിന്റെ മാറ്റം ടീച്ചർമാരും കുട്ടികളും അത്ഭുതത്തോടെ യാണ് നോക്കിക്കണ്ടത്.

ക്ലാസിൽ ഞാൻ ഒന്നാമനും അനിൽ രണ്ടാമനുമായി.

അനിൽ ഒന്നാമനാകാൻ മത്സരിച്ചു. ഞാൻ രണ്ടാമനിലേക്ക് താഴ്ന്ന് പോകാതിരിക്കാനും മത്സരിച്ചു.

അരക്കൊല്ല പരീക്ഷയുടെ പ്രോഗ്രസ് കാർഡിൽ എനിക്കും അനിലിനും നിറയെ പച്ചവരകളായിരുന്നു.

അനിലിന്റെ കാര്യത്തിൽ ഇതെങ്ങനെ സംഭവിച്ചു എന്ന് സഹപാഠികൾക്കും ഞങ്ങളുടെ ടീച്ചർമാർക്കും അത്ഭുത മായിരുന്നു.

അനിൽ ആ രഹസ്യം കൂട്ടുകാരോട് പറഞ്ഞു.

ഞങ്ങളുടെ കുട്ടിക്കളി സ്ക്കൂൾ മുഴുവൻ പാട്ടായി.

ഗൗരി ടീച്ചർ അനിലിനെ ക്ലാസ് ലീഡറാക്കി. ക്ലാസ് ലീഡ റായ എന്നെ ശ്രീധരൻ മാഷ് സ്ക്കൂൾ ലീഡറായി തെരഞ്ഞെ ടുത്തു.

അനിൽ ഇപ്പോഴും ഇടയ്ക്കിടെ എന്റെ കാതിൽ പറയും:

"എനിക്കിപ്പോ നൂറിൽ നൂറാ മാർക്ക്. രണ്ട് വട്ടപ്പൂജ്യത്തിന്റെ ഇടതുവശത്ത് ഒന്ന് ചേർക്കാൻ പഠിപ്പിച്ച കൂട്ടുകാരാ നിനക്ക് നന്ദി."

ഞാൻ അപ്പോൾ ചിരിച്ചുകൊണ്ട് എന്റെ അച്ഛൻ എന്റെ അമ്മയെ പഠിപ്പിച്ചത് ഓർക്കും. അത് ഇങ്ങനെയാണ്:

ഒരാളുടെ പരാജയംകണ്ട് സന്തോഷിക്കുകയോ പരിഹസി ക്കുകയോ അല്ല വേണ്ടത്. അങ്ങനെ പ്രവർത്തിച്ചാൽ അവൻ നിരന്തരം പരാജയപ്പെട്ടുകൊണ്ടേ ഇരിക്കും. അത്തരക്കാരുടെ കൂടെനിന്ന് നന്മ നിറഞ്ഞ വഴിയിലൂടെ ഒപ്പം നടത്തിച്ച് നാം അവർക്ക് രക്ഷകനാവുകയാണ് വേണ്ടത്.

ഈ വചനങ്ങൾ അച്ഛൻ അമ്മയെ പഠിപ്പിച്ചപ്പോൾ അമ്മ ഇഷ്ടത്തോടെ ചിരിച്ചതിന്റെ പാതി അന്ന് ഗർഭസ്ഥശിശുവായ എനിക്കും കിട്ടിയിരുന്നു. ആ ചിരി ഞാനിപ്പോഴും ശീലമാക്കി ക്കൊണ്ടിരിക്കുകയാണ്. അനിലിന്റെ നന്ദിസൂചകമായ വാക്കുകൾ ക്ക് ഞാൻ പ്രകടിപ്പിച്ചതും ആ ശീലം നിറഞ്ഞ ചിരി തന്നെയാ യിരുന്നു.

അഞ്ച്

അനിലിനെ നന്മയുടെ വിജയപാതയിലേക്ക് തിരിച്ചുകൊണ്ട് വന്ന ദീപാങ്കുരനെ അഭിനന്ദിച്ചുകൊണ്ട് പ്രകാശൻ മാഷ് പറഞ്ഞു:

"ഇതൊന്നും നീ നേരത്തെ എന്നോട് പറഞ്ഞില്ലല്ലോ മോനെ."

"അച്ഛാ.. അത്.. ഞാൻ സ്വയം പുകഴ്ത്തേണ്ടാന്ന് കരുതി. സ്വയം പുകഴ്ത്തുക നല്ല ശീലമല്ലല്ലോ. അതുകൊണ്ടാ."

"സ്വയം പുകഴ്ത്തുന്നതും കുശലം പറയുന്നതും രണ്ടും രണ്ടാ. നിനക്ക് എന്നോട് കുശലം പറയാമായിരുന്നു."

പ്രകാശൻ മാഷ് അതും പറഞ്ഞ് ചിരിച്ചുകൊണ്ട് തുടർന്നു:

"നിന്റെ ആത്മകഥയിൽ അനിലിന്റെ സ്ഥാനം ചെറുതല്ല. ഈ അച്ഛന് ഏറെ ആഹ്ലാദം ഉണ്ട് കേട്ടോ."

പ്രകാശൻ മാഷ് നീലിയാർ കാടിന്റെ കവാടത്തിന് മുന്നിലെ പാറപ്പുറത്തുനിന്നും എഴുന്നേറ്റു. കിഴക്കൻ ദേശത്തുകൂടിയുള്ള പ്രഭാത സവാരി തുടങ്ങിയിട്ട് മണിക്കൂർ ഒന്ന് കഴിഞ്ഞു. ഇനി നീലിയാർ കാടിനകത്ത് കൂടെയാണ് നടത്തം. ഞായറാഴ്ചയായത് കൊണ്ട് പതിവ് ധൃതിയൊന്നും ഇരുവരും കാട്ടിയില്ല.

ദീപാങ്കുരൻ അച്ഛന്റെ പിന്നാലെ നീലിയാർ കാട്ടിനക ത്തേക്കുള്ള കൽപ്പടവുകൾ ഇറങ്ങി. ഇറക്കം കഴിഞ്ഞ് ഇടതുവശ

ത്തുള്ള വലിയ വട്ടക്കിണറിന്റെ അടുത്തെത്തിയപ്പോൾ ദീപാങ്കുരൻ പറഞ്ഞു:

"അച്ഛാ.. ഈ നീലിയാർ കാട് എന്റെ ആത്മകഥയിലെ ഒരു അദ്ധ്യായമാണ്.

ഞാനും നീലിയാർ കാടും തമ്മിലുള്ള സംഭാക്ഷണം അച്ഛന് ഇഷ്ടപ്പെടുമെന്നു തന്നെയാണ് എന്റെ വിശ്വാസം."

"നിന്റെ രണ്ട് കൊല്ലം മുമ്പുള്ള ഡയറിക്കുറിപ്പ് ഞാൻ കണ്ടതല്ലേ ദീപു. അന്ന് പരിസ്ഥിതി പ്രവർത്തകനായ പ്രസാദേട്ടന്റെ കൂടെ നീലിയാർ കാട് കാണാൻ പോയവരുടെ കൂട്ടത്തിൽ ഏറ്റവും പ്രായം കുറഞ്ഞ പ്രകൃതി സ്നേഹി നീയായിരുന്നുവല്ലോ മോനെ."

"അച്ഛനല്ലെ അന്നെന്നെ നീലിയാർ കാട് കാണിക്കാൻ കൂടെ കൂട്ടിയത്. അന്ന് ഞാൻ ഈ കാടിനെ അത്ഭുതത്തോടെയാണ് നോക്കിക്കണ്ടത്. ഇന്നിപ്പോ പ്രസാദേട്ടൻ പറഞ്ഞതൊന്നും ആരും അനുസരിക്കുന്നില്ലെന്ന് ഈ കാട് കണ്ടാലറിയാം."

പ്രകാശൻ മാഷ് ചിരിച്ചു.

"ദീപു..നീ അന്ന് ഞങ്ങളുടെ സംഘത്തെ ചിരിപ്പിക്കുകയും ചിന്തിപ്പിക്കുകയും ചെയ്ത ആ മുദ്രാവാക്യം ഓർക്കുന്നുണ്ടോ?"

ദീപാങ്കുരൻ ആ മുദ്രവാക്യം ഓർത്തെടുക്കുന്നതിന് മുമ്പ് തന്നെ പ്രകാശൻ മാഷ് ഉറക്കെ പാടി:

"ചക്കയും ചേമ്പും അല്ല വേണ്ടിന്ന്. കൊച്ചു ചതുരപ്പെട്ടിയും ചാറ്റുമാണല്ലോ."

പ്രകാശൻ മാഷിന്റെ പാട്ട് കേട്ട് ദീപാങ്കുരന്റെ മുഖത്ത് പുഞ്ചിരി നിറഞ്ഞു.

അവൻ പറഞ്ഞു:

"കൊള്ളാം. എന്റെ വരികൾക്ക് അച്ഛൻ കൊടുത്ത ഈണം. അന്ന് പ്രസാദേട്ടന്റെ വാക്കുകൾ കേട്ടപ്പോൾ എനിക്ക് തോന്നിയ മുദ്രാവാക്യം അച്ഛൻ ഇപ്പോഴും ഓർത്ത് വെച്ചിട്ടുണ്ടല്ലെ?.

"നിന്റെ മുദ്രാവാക്യം മാത്രമല്ല മോനെ, പ്രസാദേട്ടന്റെ പരിസ്ഥിതി ക്ലാസും ചർച്ചയും ഇപ്പോഴും ഒരു വാക്കുപോലും വിടാതെ കാതിൽ മുഴങ്ങുന്നുണ്ട്."

"അച്ഛന്റെ അനുഭവം തന്നെയാണ് എനിക്കും. എന്റെ ആത്മകഥയിലെ നീലിയാർ കാട് ഓർമ്മിപ്പിക്കുന്നതും അതുതന്നെയാണ്.

പ്രസാദേട്ടനും പരിസ്ഥിതിയും എനിക്ക് തന്ന അറിവ് ഞാൻ എന്റെ ആത്മകഥയിൽ രേഖപ്പെടുത്തുന്നത് മറ്റൊരു രീതിയിലാണ്. അതിനെ നീലിയാർ കാടുമായുള്ള അഭിമുഖം എന്നു വിളിക്കാം."

ദീപാങ്കുരൻ അതും പറഞ്ഞ് നീലിയാർ കാട്ടിലെ നരിമടയ്ക്ക് അരികിലെ വള്ളി ഊഞ്ഞാലിൽ ഇരുന്നു. പ്രകാശൻ മാഷ്ക്ക് മകന്റെ ആത്മകഥയിലെ നീലിയാർ കാടുമായുള്ള വർത്താനങ്ങൾ കേൾക്കാൻ ഉത്സാഹമായി. അയാൾ തന്റെ മകന് അഭിമുഖമായി നരിമടയ്ക്ക് മുന്നിലെ മരത്തടിമേൽ കാലും നീട്ടി ഇരുന്നു.

ദീപാങ്കുരൻ പറഞ്ഞുതുടങ്ങി:

നീലിയാർ കാടിനോടുള്ള എന്റെ ആദ്യ ചോദ്യം ഇങ്ങനെയായിരുന്നു:

നീലിയാർ കാട് അന്നും ഇന്നും. ഒന്ന് വിശദീകരിക്കാമോ?

എന്റെ ചോദ്യം കേട്ടിട്ടെന്നപോലെ നീലിയാർ കാട്ടിലെ പച്ചിലകൾ ഇളം കാറ്റിൽ ചിരിച്ചു.

നീലിയാർ കാട് പറഞ്ഞു:

എന്റെ കുട്ടിക്കാലമാണ് എനിക്കിപ്പോഴും ഇഷ്ടം. എവിടെ നോക്കിയാലും കട്ടിപ്പച്ച. നട്ടുച്ച നേരത്തുപോലും കാട്ടിലെ വെളിച്ചത്തിനെപ്പോഴും ഇളം കറുപ്പാണ്. കാട് എപ്പോഴും തണുത്തുതന്നെ ഇരിപ്പുണ്ടാവും. എത്രയെത്ര പക്ഷികളാണെന്നോ എന്നെ പാട്ടുപാടി രസിപ്പിക്കാറ്. എന്തൊക്കെ പൂക്കളാണെന്നോ എനിക്ക് സുഗന്ധം പകർന്ന് നല്കാറ്. പൂക്കളുടെ നിറഭംഗിയും പൂമ്പാറ്റകളുടെ സംഘനൃത്തവും എത്രകണ്ടാലും കൊതി തീരില്ല. പരിശുദ്ധമായ അന്തരീക്ഷമായിരുന്നു അന്നെനിക്ക് ചുറ്റും. ഒരുപാട് പേർ കടന്നുപോയ വഴികളാണിത്. അന്നാരും എന്റെ പ്രകൃതിയെ മലിനപ്പെടുത്തിയിരുന്നില്ല. അന്നാരും എന്റെ പ്രകൃതിയെ ഇത്രയധികം

വേദനിപ്പിച്ചിരുന്നില്ല. എല്ലാ നന്മകളും ഇന്ന് വിപരീതമായിരിക്കുന്നു.

ഞാൻ ചോദിച്ചു:

കാട് കാണാൻ വരുന്നവർ എങ്ങനെ ഉള്ളവരായിരിക്കണം?

എന്റെ ചോദ്യം കേട്ട് നീലിയാർ കാട് ചിരിച്ചു. ശേഷം പറഞ്ഞു:

കാട് വെറും ഒരു വിനോദത്തിനുള്ള ഇടമല്ല. കണ്ടും കേട്ടും അനുഭവിച്ചും സംരക്ഷിച്ചും പഠിക്കേണ്ട പ്രകൃതിയുടെ ഒരു പാഠപുസ്തകമാണ് കാട്. കാടിനോട് സ്നേഹമില്ലാത്തവർ കാട്ടിലേക്ക് വരരുത്. അച്ചടക്കം പാലിക്കുകയാണ് പ്രധാന നിയമം. ഒരു ഇല നുള്ളുമ്പോഴും ഒരു കമ്പൊടിക്കുമ്പോഴും കാടിന് വേദനിക്കുമെന്ന് എല്ലാവരും മനസ്സിലാക്കണം.

എന്റെ അടുത്ത ചോദ്യം ഇങ്ങനെയായിരുന്നു:

ഈ നരിമടയെക്കുറിച്ച് എന്താണ് പറയാനുള്ളത്?

നീലിയാർ കാട് വീണ്ടും ചിരിച്ചു:

നരിമട ഒരു സാങ്കൽപ്പിക നാമം മാത്രമാകാം. കാട് കാണാൻ വന്നവരുടെ കുസൃതി ആയിരിക്കാം ഇങ്ങനെയൊരു നാമകരണം. അത് തലമുറകൾ ഏറ്റെടുത്തു. അങ്ങനെ കരുതിയാൽ മതി. എന്തായാലും ഒരു വിശ്വാസം നിലനില്ക്കുന്നത് നല്ലതാണ്. അത് കാടിനോടുള്ള ഭയവും ഭംഗിയും നിലനിർത്തും.

നീലിയാർ കാടിന്റെ കഥ പറയാമോ?

ഞാൻ ചോദിച്ചു. നീലിയാർ കാട് ചെറുപുഞ്ചിരിയോടെ പറഞ്ഞു:

കാടിനൊരു കഥ ഉണ്ടാക്കുന്നത് നമ്മളല്ലെ. പണ്ട് നീലി എന്ന് പേരുള്ളൊരു സ്ത്രീ മൃഗീയമായി വധിക്കപ്പെടുകയും ദേവിയായി അവതരിച്ച് ഈ കാട്ടിൽ വന്ന് താമസിക്കുകയും ചെയ്തു എന്നാണ് തലമുറകൾ നമുക്ക് പറഞ്ഞുതരുന്ന കഥയുടെ ചുരുക്കം. നീലി താമസിച്ച കാട് അങ്ങനെ നീലിയാർ കാടായി.

ഒന്ന് നിർത്തി നീലിയാർ കാട് എന്നോട് ചോദിച്ചു:

കാട് തരുന്ന കഥകൾ വിശ്വാസത്തിൽ എടുക്കുമ്പോൾ എന്തൊക്കെയാണ് സംഭവിക്കുന്നത്?

ഞാൻ ആവേശത്തോടെ പറഞ്ഞു:

ഒന്ന്, കാടിനോട് നമുക്ക് ഭയമുണ്ടാവുന്നു. ഉദാഹരണം, സർപ്പക്കാടുകൾ.

രണ്ട്, കാടിനോട് നമുക്ക് ഭക്തിയുണ്ടാവുന്നു. ഉദാഹരണം, നീലിയാർ കാട്ടിലെ നീലിയാർ ഭഗവതി.

മൂന്ന്, കാട് സംരക്ഷിക്കണമെന്ന ബോധവും മനസ്സിൽ വേണ്ടുവോളം ഉണ്ടാവുന്നു.

എന്റെ ഉത്തരം കേട്ട് നീലിയാർ കാട് ചിരിച്ചു. കൂടെ ഇങ്ങനെയൊരു ചോദ്യവും ഉണ്ടായി:

ഒട്ടുമിക്ക കാടുകളുടെ അകത്തും എന്തെങ്കിലുമൊരു ദൈവീകത കാണും. സ്ത്രീ സങ്കല്പങ്ങളാണ് കൂടുതലായും കാണാറ്. എന്തുകൊണ്ടായിരിക്കും ഇങ്ങനെ?

നീലിയാർ കാടിന്റെ ഈ ചോദ്യം എന്റെ അറിവ് പരിശോധിക്കാനുള്ള സൂത്രമാണെന്നെനിക്ക് മനസ്സിലായി. ഞാൻ ഒട്ടും ആലോചനയില്ലാതെ തന്നെ പറഞ്ഞു:

സ്ത്രീയിൽ നിന്നുമാണല്ലോ അമ്മ എന്ന പേര് ഉണ്ടാവുന്നത്. അമ്മ സ്നേഹമെന്ന വാക്കിന്റെ പൂർണ്ണ രൂപമാണല്ലോ. ഈ അമ്മയെ നമ്മൾ പ്രകൃതിയെന്നു വിളിക്കുന്നതുപോലെ പ്രകൃതിയെയും നമ്മൾ അമ്മയായി കാണണമെന്ന സന്ദേശ മാവാം ഈ ദൈവീക സങ്കല്പത്തിന് പിന്നിൽ.

ഞാൻ എന്റെ വാക്കുകൾ നിർത്തി നീലിയാർ കാടിന്റെ മറുപടിക്കായി കാതോർത്തു. അപ്പോൾ നീലിയാർ കാട് എന്റെ പുറത്ത് തട്ടിക്കൊണ്ട് പറഞ്ഞു:

നിന്റെ കുഞ്ഞുമനസ്സിൽ ഉണ്ടായ ഈ വലിയ ചിന്തയെ ഞാൻ അഭിനന്ദിക്കുന്നു.

അതും പറഞ്ഞ് നീലിയാർ കാട് എന്റെ നേരെ അടുത്ത ചോദ്യം ഇട്ടു:

കാടുകൾക്ക് ദൈവീകത കൊടുക്കുമ്പോൾ ഇവിടെ പ്രധാന മായും രണ്ട് കാര്യങ്ങളാണ് നടക്കുന്നത്. അവ എന്താണെന്ന് കുട്ടിക്ക് പറയാമോ?.

നീലിയാർ കാടിന്റെ ചോദ്യത്തിന് ഉത്തരം നല്കാനുള്ള ആത്മവിശ്വാസം എനിക്കുണ്ടായിരുന്നു. മാത്രമല്ല ചോദ്യം ലളിതമായതുകൊണ്ട് തന്നെ എന്റെ ഉത്തരത്തിന് സമയദൈർഘ്യവും ഒട്ടും ഉണ്ടായിരുന്നില്ല. ഞാൻ ഇങ്ങനെയാണ് പറഞ്ഞത്:

ഈ ചോദ്യത്തിനുള്ള എന്റെ ഉത്തരം ഞാൻ നേരത്തെ പറഞ്ഞതിന്റെ മറ്റൊരു രൂപമാണ്. ഒന്ന് വിശ്വാസം. രണ്ട് സംരക്ഷണം. രണ്ടും ചേർത്ത് പറഞ്ഞാൽ ദൈവശിക്ഷ ഏറ്റുവാങ്ങാതിരിക്കാൻ വിശ്വാസി കാട് നിലനിർത്തുക തന്നെ ചെയ്യും.

നീലിയാർ കാട് ചിരിച്ചു:

കുട്ടി.. നീ പറഞ്ഞത് പഴയ കഥ. പണ്ട് ഈ കാട്ടിൽനിന്നും ഒരു ഇല നുള്ളാൻപോലും ആൾക്കാർക്ക് ഭയമായിരുന്നു. കാരണം അവർ വിശ്വസിക്കുന്ന ദൈവത്തിന്റെ അലങ്കാരങ്ങളായിട്ടാണ് കാടിനെ കണ്ടിരുന്നത്. ഇന്ന് അലങ്കാരങ്ങളൊക്കെ വെട്ടിയെടുക്കപ്പെടുകയാണ്. ഈ നീലിയാർ കാട്ടിൽത്തന്നെ പെരുമ്പാമ്പുകളെപ്പോലെ നീണ്ടുനീണ്ടു കിടക്കുന്ന എത്രയെത്ര വേരുകളും വള്ളികളും ഉണ്ടായിരുന്നെന്നോ. കണ്ടാ പേടിയാവും. അതൊക്കെ ഇന്ന് പലരുടെയും അടുക്കളയിൽ കത്തിച്ചാരമായില്ലെ. പിന്നെ ഇത്തിരി പേർക്ക് ഭയവും വിശ്വാസവും ഉള്ളതുകൊണ്ടാ മെല്ലിച്ചു പോയെങ്കിലും ഞാനിങ്ങനെ കിടക്കുന്നെ. കുട്ടി കണ്ടോ..എന്റെ കാൽക്കീഴിലെ കറുത്ത കല്ലും ചെറിയ ശൂലവും. എന്റെ ജീവൻ നിലനിർത്തുന്നത് ഈ പ്രതീകങ്ങളാണ്. ഈ വൃത്തത്തിനപ്പുറം കാട് മരിച്ചുകൊണ്ടിരിക്കുകയാണ്. മറ്റൊരു ഭാഷയിൽ പറഞ്ഞാ കാടിനെ നശിപ്പിച്ചുകൊണ്ടിരിക്കുകയാണ്.

നീലിയാർ കാട് തുടർന്നു:

ദീപൂ.. നീ ആൾമറയില്ലാത്ത ആ കിണർ കണ്ടോ. ദേവിയെ കാണാൻ വരുന്നവർക്ക് കുളിച്ച് തൊഴാൻ പണ്ടുപണ്ടേ ഉള്ളവർ കുഴിച്ചതാണ് കാട്ടിലെ ആ കിണർ. പണ്ടൊക്കെ ചിലർ ദേവീപ്രസാദമായി കരുതി ആ കിണറിലെ വെള്ളം കോരിക്കുടിക്കുകയും കോരിയെടുത്ത് വീടുകളിലേക്ക് കൊണ്ടുപോകുകയും

ചെയ്യുമായിരുന്നു. ആ ശീലമൊക്കെ ഇല്ലാതായി. ഇന്നിപ്പോ ഭക്തിയും ഭയവുമൊക്കെ ഒരുപാട് കുറഞ്ഞുപോയില്ലെ. അതിനൊരു ഉദാഹരണമാണ് ആ കിണർ. ദീപൂ.. ആ കിണറിനകം കണ്ടിട്ടുണ്ടോ?

ഞാൻ ഒരു നിമിഷം കിണറിനു നേരെ കണ്ണോടിച്ചു. അരയാൾ പൊക്കത്തിൽ വൃത്താകൃതിയിൽ വളർന്ന് നില്ക്കുന്ന കാട്ടുചെടികൾക്കിടയിലാണ് ആൾമറയില്ലാത്ത ആ വലിയ കിണർ.

ഞാൻ നീലിയാർ കാടിനോട് പറഞ്ഞു:

കിണറിനകം കണ്ടിനോന്ന് ചോദിച്ചാൽ ഇല്ലാന്ന് പറഞ്ഞൂടാ. എനിക്ക് പേടിയായിരുന്നു ആൾമറയില്ലാത്ത ആ കിണറിനടുത്ത് ചെല്ലാൻ. എന്നാലും അച്ഛന്റെ കൈയിൽ പിടിച്ച് ഒരുതവണ ഞാൻ കിണറിന്റെ ഇത്തിരി അകലംവരെ ചെന്നിട്ടുണ്ട്. പേടിച്ച് പേടിച്ചാ കിണറിനകത്തേക്ക് ഞാൻ നോക്കിയെ. കിണറിന്റെ ഉൾപാതി കണ്ടപ്പോൾത്തന്നെ ഞാൻ നോട്ടം പിൻവലിച്ചു. കാരണം അതിനകത്ത് പേടിപ്പെടുത്തുന്ന ഇരുട്ടായിരുന്നു.

നീലിയാർ കാട് ഉറക്കെ ചിരിച്ചു:

ദീപൂ.. ഇരുട്ട് മാത്രമായിരുന്നെങ്കിൽ കുഴപ്പമില്ലായിരുന്നു. ഉപയോഗശൂന്യമായി കിടക്കുന്ന ആ കിണർ അടുത്തകാലത്തായി കാട് കാണാൻ വരുന്നവരുടെ മാലിന്യനിക്ഷേപ കേന്ദ്രമായി മാറിയിരിക്കുവാ. പ്ലാസ്റ്റിക്ക് സഞ്ചികളും പ്ലാസ്റ്റിക്ക് കുപ്പികളും..

നീലിയാർ കാട് ഒന്ന് നിർത്തി രോഷത്തോടെ പറഞ്ഞു:

കിണറിനകത്തെ ഇരുട്ടിനേക്കാൾ കടുകട്ടിയാ കാടുകാണാൻ വരുന്ന ചിലരുടെ മനസ്സിലെ ഇരുട്ടിന്. നല്ല ശീലങ്ങളും ചീത്ത ശീലങ്ങളുമുള്ള ഒരുപാട് പേരെ ഈ നീലിയാർ കാട് കണ്ടിട്ടുണ്ട്. എന്റെ കാലും കൈയും ഒടിച്ച് ആനന്ദിക്കുന്നവരുടെ എണ്ണം കൂടിക്കൂടി വരികയാണ്. ഞാൻ ഇല്ലാതായാൽ എനിക്കൊരു തലമുറ വേണ്ടേ?. ദീപൂ.. നിന്നെപ്പോലുള്ളവരിലാണ് എന്റെ പ്രതീക്ഷ. ഒരു മരം നടാനും അതിനെ പരിപാലിക്കാനും പഠിക്കണം. അത് മറ്റുള്ളവരെ പഠിപ്പിക്കണം. അങ്ങനെയുള്ളൊരു

ദൃഢപ്രതിജ്ഞ പ്രവൃത്തിയിൽ കൊണ്ടുവരണം. മരം വെട്ടിനുറുക്കാൻ മാത്രം ശീലിച്ചാ പോരാ. നട്ടുവളർത്താനും ശീലിക്കണം.

ദീപാങ്കുരൻ അങ്ങനെ നീലിയാർ കാടുമായുള്ള തന്റെ വർത്താനങ്ങളുടെ രത്നച്ചുരുക്കം അച്ഛനെ പറഞ്ഞു കേൾപ്പിപ്പിച്ചു.

പ്രകാശൻ മാഷും ദീപാങ്കുരനും പ്രഭാതസവാരിയുടെ തുടർച്ചയ്ക്കായി നരിമടയുടെ അരികിൽനിന്നും എഴുന്നേറ്റു.

നീലിയാർ കാടിന്റെ അകത്തെ ഒറ്റയടിപ്പാതയിലൂടെ ഇരുവരും മുന്നോട്ട് നടന്നു. അപ്പോ വള്ളിക്കാട്ടിന്റെ ഉച്ചിയിലെ കൊച്ചുകൂട്ടിൽ പതിയിരിക്കുന്ന ഒരു മഞ്ഞക്കിളി തല പുറത്തേക്ക് നീട്ടി നോക്കുന്നത് ദീപാങ്കുരന്റെ കണ്ണിലും പെട്ടു.

അവൻ കൗതുകത്തോടെ ആ കാഴ്ചയിൽനിന്നും കണ്ണുകൾ പിൻവലിക്കാതെ പതിയെ നടന്നു. ഈ സമയം കൂട്ടിലെ മഞ്ഞക്കിളിയുടെ കൂട്ടുകാരൻ തൊട്ടടുത്ത കൊമ്പത്തേക്ക് പറന്ന് ചെന്ന് ഇരിക്കുകയും പിന്നെ മധുരമായ ശബ്ദം പുറപ്പെടുവിച്ചുകൊണ്ട് കൊച്ചുകുട്ടികളുടെ കുസൃതികൾപോലെ ഓരോ ചില്ലകളിലേക്കും പാറിപ്പറന്ന് കളിക്കുകയും ചെയ്യാൻ തുടങ്ങി.

ദീപാങ്കുരൻ അപ്പോൾ ഒരു നിമിഷം ആ കിളിയുടെ ശബ്ദം അനുകരിച്ചുകൊണ്ട് വഴിയരികിൽ നിന്നു. അപ്പോ ആ കിളി ഭീതിയോടെ തലചരിച്ച് ദീപാങ്കുരനെ നോക്കുകയും ശേഷം തിരികെ വേഗത്തിൽ കൂട്ടിലേക്ക് പറന്നുചെല്ലുകയും മഞ്ഞക്കിളിയുടെ അരികിലിരുന്ന് തല പുറത്തേക്കിട്ട് ദീപാങ്കുരനെ നോക്കുകയും ചെയ്തു.

ദീപാങ്കുരൻ അപ്പോ കിളിയെ നോക്കി കൈവീശിക്കാണിച്ചു. കിളിയത് കണ്ട് ഭീതിയോടെ തല കൂട്ടിനകത്തേക്ക് വലിച്ചു.

ദീപാങ്കുരൻ ഇത്തിരിനേരം കൂടി അവിടെ നിന്നു. എന്നാൽ കിളി തല പുറത്തേക്കിട്ട് നോക്കിയതേയില്ല. ദീപാങ്കുരൻ നടത്തം തുടർന്നപ്പോൾ കിളി പതിയെ തല പുറത്തേക്കിട്ട് ചുറ്റും നോക്കുന്നത് ദീപാങ്കുരനും കണ്ടില്ല.

ദീപാങ്കുരൻ അങ്ങനെ കാട്ടിനകത്തെ ഓരോ കാൽവെപ്പിനിട

യിലും തന്റെ കണ്ണുകൾകൊണ്ട് കാടിനെ വായിച്ചുകൊണ്ട് പതിയെ നടന്നു.

ദീപാങ്കുരൻ പറഞ്ഞു:

അച്ഛാ.. കാട് എത്ര മനോഹരമായ വീടാണല്ലെ. മതിലുകൾ ഇല്ലാത്ത വീട്. മണ്ണിലും മാളത്തിലും വെള്ളക്കെട്ടുകളിലും വള്ളിപ്പടർപ്പുകളിലും ചെറുചെടികളിലും വൻമരങ്ങളിലുമൊക്കെ ഇഴഞ്ഞും മറിഞ്ഞും ഓടിയും ചാടിയും പാറിയും പറന്നും സന്തോഷത്തോടെ കഴിയുന്ന കാടിന്റെ ഓമനകൾ താമസിക്കുന്ന വീട്. ഇതുപോലെ സന്തോഷത്തോടെ കഴിയാൻ നമ്മൾ മനുഷ്യർക്കും കഴിഞ്ഞിരുന്നുവെങ്കിൽ. അല്ലെ അച്ഛാ?"

മകന്റെ വർത്താനം കേട്ട് പ്രകാശൻ മാഷ് ചിരിച്ചു:

"മോനേ.. കാടിനെക്കുറിച്ച് നീ വ്യക്തമായി പഠിക്കാത്തതുകൊണ്ടാ ഇങ്ങനെയൊക്കെ പറയുന്നെ. കാട് മണ്ണിന്റെ ജൈവാവസ്ഥ നിലനിർത്തുന്നു. കാട് നമുക്ക് ശുദ്ധവായു തരുന്നു. കാട് നമുക്ക് മഴ തരുന്നു. കാട് നമുക്ക് ശുദ്ധജലം തരുന്നു. ഒക്കെ ശരിതന്നെ. എന്നാൽ കാട്ടിലെ ജീവികൾ മിക്കതും സന്തോഷവും സ്വാതന്ത്ര്യവും അനുഭവിക്കുന്നവരാണെന്ന് പറയാൻ പറ്റില്ല. ഇപ്പോൾ പുഴുക്കളുടെ കാര്യമെടുക്കാം. ഏറെ ഭയത്തോടെ കഴിയുന്നവരാണ് പുഴുക്കൾ. പുഴുക്കൾ ജീവൻ രക്ഷിക്കാൻ പാടുപെടുന്നവരാണ്. അവരുടെ പ്രധാന ശത്രുക്കളാണ് തവളകളും ഓന്തുകളും പാമ്പുകളും പറവകളുമൊക്കെ. ഒരു ഉദാഹരണം പറയാം. ഒരു ചെമ്പോത്ത് തന്റെ തീറ്റ കണ്ടെത്തുന്നത് കണ്ടിട്ടുണ്ടോ?. ഓരോ മരത്തിന്റെയും ചെടിയുടെയും ചില്ലയിൽ ചെന്നിരുന്ന് ഇലകളുടെ അടിയിലേക്ക് താണും ചരിഞ്ഞും നോക്കി പച്ചപ്പുഴുക്കളെ കൊത്തിയെടുത്ത് വിഴുങ്ങുന്നത് കണ്ടിട്ടില്ലെ. പാവം പുഴുക്കൾക്ക് ഇവരുടെ കണ്ണിൽ പെടാതെ ജീവിക്കാൻ പ്രയാസം തന്നെയാ. തവളയായാലും ഓന്തായാലും പാമ്പായാലും പറവയായാലുമൊക്കെ ഇതു തന്നെയാ സ്ഥിതി. ഇവരൊക്കെ അവരവരുടെ സുരക്ഷയ്ക്കു വേണ്ടി പാത്തും പതുങ്ങിയും ജീവിക്കുന്നു. അത്രതന്നെ. ഒന്ന് മറ്റൊന്നിനെ തിന്ന് ജീവിക്കുക എന്നത് പ്രകൃതിയുടെ നിയമമാ.

അതൊരു ജീവിതചക്രമായി അങ്ങനെ പോകും. എല്ലാ ജീവികളുടെയും നിലനില്പിന് ഈ ചക്രം അങ്ങനെ തിരിഞ്ഞുകൊണ്ടേ ഇരിക്കും. പിന്നെ മനുഷ്യന്റെ കാര്യം. നമ്മുടെ ബുദ്ധിയും ബുദ്ധിയില്ലായ്മയും ആണല്ലോ നമ്മെ ക്കൊണ്ട് പല വേഷങ്ങളും കെട്ടിക്കുന്നത്. ജീവിതത്തിൽ നല്ല വേഷങ്ങൾ അണിയാനാണ് നമ്മൾ പരിശീലിക്കേണ്ടതും മറ്റുള്ളവരെ പങ്കാളിയാക്കേണ്ടതും. അതിരിക്കട്ടെ നിന്റെ ആത്മകഥയിലെ അടുത്തഭാഗം എങ്ങനെയാ. കേക്കട്ടെ."

"അത്.. അച്ഛാ.. ഇനി എന്റെ ആത്മകഥയിൽ ഞാൻ രേഖപ്പെടുത്താൻ ആഗ്രഹിക്കുന്നത് ശ്രീധരൻ മാഷിന്റെ ഓപ്പറേഷൻ കഥയാണ്."

"ശ്രീധരൻ മാഷിന്റെ ഓപ്പറേഷൻ കഥയോ?"

പ്രകാശൻ മാഷ് ചോദ്യരൂപത്തിൽ മകനെ നോക്കി. ദീപാങ്കുരന്റെ മുഖം അപ്പോ നിറയെ പുഞ്ചിരി പടർന്നു. അവൻ അച്ഛന്റെ പിന്നാലെ നീലിയാർ കാട്ടിൽനിന്നും പുറത്തേക്കിറങ്ങി മൺപാതയിലെ വെള്ളക്കെട്ടിൽ ചവിട്ടാതെ കരപറ്റി നടക്കു മ്പോൾ അവന്റെ മനസ്സിൽ ശ്രീധരൻ മാഷിന്റെ ഓപ്പറേഷൻ ക്ലാസ് പതിയെ തെളിഞ്ഞുവന്നു. അവൻ ആ കഥ പറയാൻ തുടങ്ങി.

ആറ്

ശ്രീധരൻ മാഷിന്റെ നിർദ്ദേശ പ്രകാരമാണ് ഞാനും അനിലുംകൂടി സ്ക്കൂളിന്റെ തെക്കേ ദേശത്തെ മുതലക്കുളത്തിന്റെ അടുത്തുനിന്നും വലിയൊരു പേക്കാന്തൻ തവളയെ സഞ്ചിയിലാക്കി ഓപ്പറേഷൻ ക്ലാസിൽ എത്തിച്ചത്.

ക്ലാസിലെ മുപ്പത് കുട്ടികളിൽ ഈരണ്ടുപേർക്കായി ഓരോ ദിവസവും ഓരോ ജോലി കൊടുക്കണമെന്നത് ശ്രീധരൻ മാഷ് തരുന്ന പഠനപ്രവർത്തനങ്ങളുടെ ഒരു ഭാഗമാണ്.

ക്ലാസ് മുറി വൃത്തിയാക്കുക. ഉച്ചക്കഞ്ഞി വിളമ്പാൻ സഹായിക്കുക. പൂന്തോട്ടത്തിലെ പുല്ല് പറിച്ചുകളയുക, പച്ചക്കറികൾക്ക് വെള്ളമൊഴിക്കുക, ക്ലാസിൽ അച്ചടക്കം നിലനിർത്തുക, പാഠപുസ്തകത്തിന് പുറത്തുള്ള പദ്യങ്ങൾ ശേഖരിച്ച് ചൊല്ലിക്കേൾപ്പിക്കുക, ഏതെങ്കിലുമൊരു പുസ്തകത്തെക്കുറിച്ച് നിരൂപണം തയ്യാറാക്കി അവതരിപ്പിക്കുക. ശാസ്ത്രജ്ഞന്മാരുടെ കണ്ടെത്തലുകൾ പരിചയപ്പെടുത്തുക, മഹാന്മാരുടെ ജീവചരിത്രക്കുറിപ്പുകൾ വായിച്ച് കേൾപ്പിക്കുക, സമൂഹവും നാം പാലിക്കേണ്ട പെരുമാറ്റ ശീലങ്ങളും, പരിസ്ഥിതിയും സമൂഹവും, ആരോഗ്യവും ശുചിത്വവും, അടുക്കളത്തോട്ടവും അനുഭവങ്ങളും തുടങ്ങിയ വിഷയങ്ങളെക്കുറിച്ച് പ്രസംഗം അവതരിപ്പിക്കുക, അങ്ങനെ ശ്രീധരൻ മാഷിന്റെ മനസ്സിൽ അപ്പപ്പോ തോന്നുന്ന

വിഷയം അപ്പപ്പോ തോന്നുന്ന കുട്ടികൾക്ക് നല്കുമായിരുന്നു. ഒരു വിഷയം കിട്ടിക്കഴിഞ്ഞാൽ മൂന്നാം ദിവസം അത് അവതരിപ്പിക്കണം. അത് നിർബ്ബന്ധമാണ്. ഞങ്ങൾ കുട്ടികൾ ഓരോ ദിവസവും ആകാംക്ഷയോടെയാണ് ശ്രീധരൻ മാഷിന്റെ വിഷയത്തിന് കാതോർക്കുക.

എന്ത് വിഷയം കിട്ടിയാലും അത് ചെയ്യാനുള്ള ഉത്സാഹവും ആത്മവിശ്വാസവും ഞങ്ങൾ കുട്ടികൾക്ക് ഉണ്ടായിരുന്നു. ശ്രീധരൻ മാഷ് അത് മനസ്സിലാക്കിയത് കൊണ്ട് തന്നെ ഞങ്ങളിൽ ഉത്സാഹവും ആത്മവിശ്വാസവും നിലനിർത്തുന്നതിനും ഉത്തരവാദിത്വബോധം ശീലിക്കുന്നതിനുമായി ക്ലാസിലെ എല്ലാ കുട്ടികൾക്കും മാഷ് മാഷ്ക്ക് തോന്നിയ വിഷയം ദിവസവും മാറിമാറി നല്കിക്കൊണ്ടിരുന്നു.

ഒരു തിങ്കളാഴ്ച ദിവസം എനിക്കും അനിലിനും കൂടി കിട്ടിയ ജോലി ഓപ്പറേഷൻ ക്ലാസിലേക്ക് ഒരു തവളയെ എത്തിക്കുക എന്നതായിരുന്നു. വെള്ളിയാഴ്ച ദിവസം അവസാനത്തെ പിരീയഡിലായിരുന്നു ശ്രീധരൻ മാഷ് എന്നെയും അനിലിനെയും തവളപിടുത്തത്തിന് നിയോഗിച്ചത്. അപ്പോ സഹപാഠികളിൽ ചിലർ ഞങ്ങളെ സ്വകാര്യമായി കളിയാക്കിയെങ്കിലും ഞങ്ങളത് കാര്യമായി എടുത്തില്ല.

കളിയാക്കലിൽ തളരുന്നതായിരുന്നില്ല ഞങ്ങളുടെ മനസ്സ്. ഓരോ അനുഭവവും ഓരോ വിജ്ഞാനമാണെന്ന് അമ്മയുടെ ഗർഭഗൃഹത്തിൽ കഴിയുമ്പോൾത്തന്നെ അച്ഛൻ അമ്മയിലൂടെ എന്നെ പഠിപ്പിച്ചിരുന്നു. ആ അറിവ് അനിലുമായി പങ്കിട്ടതു കൊണ്ട് ഏതു സാഹചര്യത്തോടും പൊരുത്തപ്പെടാൻ എന്നെ പോലെ അവനും ശീലിച്ചു തുടങ്ങിയിരുന്നു.

ഞായറാഴ്ച ഉച്ചനേരത്താണ് ഞാനും അനിലും തവളയെ പിടിക്കാനായി സ്ക്കൂളിന്റെ തെക്കേ ദേശത്തേക്ക് ഇറങ്ങിപ്പുറപ്പെട്ടത്.

ചൈനാക്ലേ കമ്പനിയുടെ ചുറ്റുവട്ടത്തെ ചെളിപിടിച്ച വഴിയിലൂടെ.. ഇരുവശത്തെ പച്ചപ്പുല്ലുകൾക്കിടയിലൂടെ കണ്ണുകൾ പായിച്ചുകൊണ്ട് ഞങ്ങൾ വലിയ പാലത്തിനടുത്തെ

മരമില്ലിനടുത്തെത്തി. പുഴക്കരയിലെ ചെറുതും വലുതുമായ മരത്തടിക്കൂട്ടങ്ങൾക്ക് ഇടയിൽ പേക്കാന്തൻ തവളയെ കണ്ടെത്താനുള്ള ശ്രമവുമായി ഞങ്ങൾ മുന്നോട്ട് നടന്നു. അങ്ങനെ ഞങ്ങൾ മുതലക്കുളത്തിനടുത്തെത്തി.

കേളുമാഷിന്റെ പറമ്പിനടുത്തുള്ള കുളംപോലെയായിരുന്നില്ല മുതലക്കുളം. ആരും ഉപയോഗിക്കാതെ കിടക്കുന്ന മുതലക്കുളം പച്ചപ്പായൽ നിറഞ്ഞുകിടക്കുകയായിരുന്നു. പണ്ടെപ്പോഴോ പ്രായമായ ഒരാൾ കുളത്തിൽ മുങ്ങി മരിച്ചതിനുശേഷം ആ കുളം ഇന്നുവരെ ആരും ഉപയോഗിച്ചിട്ടില്ല. കുളത്തിന് മുതലയുടെ പേരിടാൻ പ്രത്യേകിച്ചൊരു കഥയൊന്നും ഇല്ല. കുളവും കുട്ടികളും തമ്മിലുള്ള ബന്ധം രാവും പകലുമില്ലാതെ തുടർന്നപ്പോൾ പണ്ട് പണ്ട് ആരോ കുട്ടികളെ പേടിപ്പെടുത്താൻ ഒരു രസത്തിന് പറഞ്ഞുണ്ടാക്കിയതാണ് കുളത്തിൽ മുതലയുണ്ടെന്നത്. കുഞ്ഞുമനസ്സുകളെ പേടിപ്പിക്കാൻ അത് ധാരാളമായിരുന്നു. പിന്നീട് ഓരോ തലമുറകളും മുതലയുടെ സാന്നിദ്ധ്യം ഏറ്റുപിടിച്ചപ്പോൾ കുളം മുതലക്കുളമായി. അത്രയേ ഉള്ളു.

ഞാനും അനിലും ഒരു തവളയെ കണ്ടെത്താനുള്ള ശ്രമത്തിന്റെ ഭാഗമായി മുതലക്കുളത്തെ വലംവെച്ച് നടക്കുന്നതിന് ഇടയിലാണ് കുളത്തിന്റെ പടിഞ്ഞാറെ ഭാഗത്ത് അട്ടിവെച്ച കല്ലുകൾക്ക് താഴെ പതിയിരിക്കുന്ന വലിയ ഒരു പേക്കാന്തൻ തവളയെ ഞങ്ങൾ കണ്ടത്.

നല്ല ഉറക്കത്തിലായിരുന്ന പേക്കാന്തൻ തവള ഞങ്ങളുടെ ശബ്ദം കേട്ട് വലിയ ഉണ്ടക്കണ്ണ് പുറത്തേക്ക് തള്ളി ഞങ്ങളെ നോക്കി. പിന്നെ ഒരു പാവത്താനെപ്പോലെ അനങ്ങാതെ കിടന്നു. ഈ സമയം അനിൽ പേക്കാന്തൻ തവളയെ പിടിക്കാനായി പതിയെ പതിയെ തവളയുടെ അടുത്തേക്ക് ചെന്നു. അപ്പോ അപകടം മനസ്സിലാക്കിയ പേക്കാന്തൻ തവള ഭീതിയോടെ ചാടി രക്ഷപ്പെടാൻ ശ്രമിച്ചെങ്കിലും തവളയുടെ മൂന്നാം ചാട്ടത്തിനിടയിൽത്തന്നെ അനിൽ തന്റെ കൈയിലെ സഞ്ചിയിൽ തവളയെ കുടുക്കിയിരുന്നു.

അനിൽ തന്നെയാണ് അവന്റെ വീട്ടിൽ വെച്ച് പേക്കാന്തൻ തവളയെ ഒരു പ്ലാസ്റ്റിക്ക് കുപ്പിയിലാക്കി അടച്ചുവെച്ചത്. പേക്കാന്തൻ തവള ചത്തുപോകാതിരിക്കാൻ കുപ്പിയുടെ അടപ്പിന് നാലഞ്ച് ദ്വാരമുണ്ടാക്കാൻ ഞാനും അനിലിനെ സഹായിച്ചു. പിന്നെ നമ്മൾക്ക് ക്ഷമയുണ്ടായിരുന്നില്ല. ഒന്ന് വേഗം തിങ്കളാഴ്ച ആയിരുന്നുവെങ്കിൽ.

എനിക്ക് രാത്രി കിടന്നിട്ട് ഉറക്കം വന്നില്ല. പാവം പേക്കാന്തൻ തവളയ്ക്ക് വിശക്കുന്നുണ്ടാവില്ലെ?. തവളയ്ക്ക് എന്തെങ്കിലും തിന്നാൻ ഇട്ടുകൊടുക്കാമായിരുന്നു എന്നെനിക്ക് തോന്നി. നാളെ ഓപ്പറേഷനാണ്. ശ്രീധരൻ മാഷെ സഹായിക്കാൻ ഞാനും അനിലുമായിരിക്കും മാഷിന്റെ കൂടെ ഉണ്ടാവുക എന്നത് ഉറപ്പാണ്. ഞാൻ നേരം വെളുക്കുന്നതും കാത്ത് ക്ഷമയോടെ കണ്ണടച്ച് കിടന്നു.

പതിവിലും നേരത്തെയാണ് ഞാൻ എഴുന്നേറ്റത്. പേക്കാന്തൻ തവളയുടെ കാര്യം ഞാൻ അച്ഛനോടും അമ്മ യോടും പറഞ്ഞു.

അമ്മ പറഞ്ഞു:

''ശ്രീധരൻ മാഷ് തവളയെ കീറിമുറിക്കുന്നതും ആന്തരാവയവങ്ങൾ പരിചയപ്പെടുത്തുന്നതും ശ്രദ്ധയോടെ കണ്ടു പഠിച്ചോളണം. കുട്ടിക്കാലത്തെ മനസ്സിൽ ധൈര്യം കൂട്ടിവെക്കുന്നത് നല്ലതാ. ഭാവിയിൽ ഡോക്ടർ ഭാഗം പഠിക്കുമ്പോൾ കുട്ടിക്കാലത്ത് സംഭരിച്ചു കൂട്ടിയ ധൈര്യം സഹായകമാകും."

"അപ്പോ നീ നമ്മുടെ മകനെ ഡോക്ടറാക്കാൻ തീരുമാനിച്ചോ?"

അച്ഛന്റെ ചോദ്യത്തിന് അമ്മ പറഞ്ഞു:

''തീരുമാനം എടുക്കേണ്ടത് നമ്മളല്ലല്ലോ. ഞാൻ പറഞ്ഞെന്നേയുള്ളു. എന്തു വിഷയമാണ് ഇഷ്ടമെന്നത് മോൻ തന്നെ തെരഞ്ഞെടുക്കട്ടെ."

"അതാണ് ശരി. നമ്മൾക്ക് സമ്മർദ്ദം വേണ്ട."

അച്ഛനും അമ്മയും തമ്മിലുള്ള സംഭാഷണത്തിന് ഞാൻ കൂടുതൽ നേരം കാത് കൊടുത്തില്ല. ഞാൻ പതിവിലും നേരത്തെ അനിലിന്റെ വീട്ടിലേക്ക് നടന്നു. അനിലും പതിവുവിട്ട് നേരത്തെ തയ്യാറായി നില്പുണ്ടായിരുന്നു.

ഞങ്ങൾ നേരെ ചെന്നത് സ്റ്റാഫ് റൂമിലെ ശ്രീധരൻ മാഷിന്റെ സീറ്റിലേക്കാണ്. ശ്രീധരൻ മാഷ് സന്തോഷത്തോടെയാണ് അനിലിന്റെ കൈയിൽനിന്നും പേക്കാന്തൻ തവളയെ അടച്ചു വെച്ച പ്ലാസ്റ്റിക്ക് കുപ്പിവാങ്ങി മേശപ്പുറത്ത് വെച്ചത്.

ശ്രീധരൻ മാഷ് പറഞ്ഞു:

"എന്നാ തവളപിടുത്തക്കാർ ക്ലാസിലേക്ക് പോയിക്കോളു. ഉച്ചയ്ക്ക് രണ്ടാമത്തെ പീരിയഡിലാണ് നമ്മുടെ ഓപ്പറേഷൻ ക്ലാസ്. സഹായികളായി നിങ്ങൾ രണ്ടുപേരും എന്റെ കൂടെ ഉണ്ടാവണം കേട്ടോ."

ഞങ്ങൾ ക്ലാസിലേക്ക് ചെന്നു.

ഉച്ചയ്ക്ക് കണ്ണൻ മാഷിന്റെ കണക്ക് ക്ലാസ് കഴിഞ്ഞപ്പോൾ ശ്രീധരൻ മാഷ് ക്ലാസിലേക്ക് വന്നു. മാഷിന്റെ കൈയിൽ ഒരു പലകയും മൂന്നാല് മുള്ളാണിയും ഒരു ചെറിയ ചുറ്റികയും പിന്നെ ഒരു ബ്ലെയ്ഡും ഉണ്ടായിരുന്നു.

ശ്രീധരൻ മാഷിന്റെ നിർദ്ദേശം അനുസരിച്ച് ഞാൻ സ്റ്റാഫ് റൂമിൽ ചെന്ന് പേക്കാന്തൻ തവളെ അടച്ചുസൂക്ഷിച്ച കുപ്പിയുമായി ക്ലാസിലേക്ക് വന്നു. പേക്കാന്തൻ തവളയ്ക്ക് നല്ല അവശതയുണ്ടെന്ന് അതിന്റെ കിടപ്പ് കണ്ടപ്പോൾ എനിക്ക് തോന്നി. അതിന്റെ ഉടൽ വേഗത്തിൽ ഉയരുകയും താഴുകയും ചെയ്യുന്നത് ഞാൻ ശ്രദ്ധിച്ചു.

'പാവം പേക്കാന്തൻ തവള.'

ഞാൻ മനസ്സിൽ പറഞ്ഞു.

ശ്രീധരൻ മാഷ് പേക്കാന്തൻ തവളയെ പലകപ്പുറത്ത് മലർത്തി കിടത്താനുള്ള ശ്രമത്തിനിടയിൽ മാഷിന്റെ കൈയിൽ നിന്നും തവള ആദ്യം മേശപ്പുറത്തേക്കും പിന്നെ കുട്ടികളുടെ ഇടയിലേക്കും മരണവെപ്രാളത്തോടെ ചാടി. തവളയുടെ ഓരോ ചാട്ടവും ക്ലാസ് മുറിയെ ശബ്ദമുഖരിതമാക്കി.

ഞാനും അനിലും പേക്കാന്തൻ തവളയെ പിടിക്കാനായി പ്രതിരോധം തീർത്തു.

പാവം പേക്കാന്തൻ തവള ക്ലാസ് മുറിയുടെ മൂലയിൽ പതിയിരുന്നുകൊണ്ട് ഭീതിയോടെ ശ്വാസം എടുക്കുകയും ഞങ്ങൾക്ക് കീഴടങ്ങുകയും ചെയ്തു.

ശ്രീധരൻ മാഷിന്റെ നിർദ്ദേശപ്രകാരം മേശപ്പുറത്തെ പലകമേൽ മലർത്തിക്കിടത്തിയ പേക്കാന്തൻ തവളയുടെ പിന്നിലെ രണ്ട് കാല് ഞാനും മുന്നിലെ രണ്ട് കാല് അനിലും നിവർത്തിപ്പിടിച്ചു.

പേക്കാന്തൻ തവളയുടെ പിന്നിലെ വലതുകാൽപ്പത്തി യിലാണ് ശ്രീധരൻ മാഷ് ആദ്യം മുള്ളാണി പതിയെ അടിച്ചുകേറ്റിയത്.

ശ്രീധരൻ മാഷിന്റെ ഓപ്പറേഷൻ കഥ പറയുന്നത് ഒരു നിമിഷം നിർത്തി നീലിയാർ കാടിന്റെ കിഴക്കേ റോഡിലൂടെ അച്ഛനോട് ഒന്നുകൂടി ചേർന്ന് നടന്നുകൊണ്ട് ദീപാങ്കുരൻ തുടർന്നു:

പേക്കാന്തൻ തവളയുടെ കാലിൽ ശ്രീധരൻ മാഷ് മുള്ളാണി തറയ്ക്കുമ്പോ അതിന്റെ ആ വേദന നിറഞ്ഞ കരച്ചിലുണ്ടല്ലോ അച്ഛാ, അതിപ്പോഴും എന്റെ കാതിൽ മുഴങ്ങുന്നുണ്ട്."

"ഉം. എന്നിട്ട്?"

പാവം പേക്കാന്തൻ തവള. ശ്രീധരൻ മാഷ് ബ്ലെയ്ഡുകൊണ്ട് അതിന്റെ വയറ് കീറി. ക്ലാസിലെ മുപ്പത് കുട്ടികൾക്കും മാഷ് തവളയുടെ ഹൃദയമിടിപ്പ് കാട്ടിത്തന്നു. ശ്വാസകോശവും ചെറുകുടലും വൻകുടലും അങ്ങനെ ആന്തരിക അവയവങ്ങളെക്കുറിച്ചൊക്കെ തൊട്ട് തൊട്ട് പറഞ്ഞുതന്നു. ക്ലാസിലെ ഒന്ന് രണ്ട് കുട്ടികൾക്കേ അതൊക്കെ കണ്ടുനില്ക്കാൻ പ്രയാസമുണ്ടായിരുന്നുള്ളൂ. ഒരു കുട്ടിക്ക് തലചുറ്റലുണ്ടായി. മറ്റൊരു കുട്ടി പേടിയോടെ മാറി നിന്നു. എന്നെയും അനിലിനെയും തവള പിടുത്തക്കാരാന്ന് പറഞ്ഞ് കളിയാക്കിയവരായിരുന്നു അവർ. ഞങ്ങൾക്കും അവരെ കളിയാക്കാൻ കിട്ടിയ നല്ല അവസരമായിരുന്നു അത്. കളിയാക്കൽ നല്ല ശീലമല്ലെന്ന് അച്ഛനും

അമ്മയും എന്നെ പഠിപ്പിച്ചിരുന്നു. അതുകൊണ്ട് അവരെ കളിയാക്കാൻ പുറപ്പെട്ട അനിലിനെയും കൂട്ടരേയും ഞാൻ പിന്തിരിപ്പിച്ചു. അച്ഛൻ പറഞ്ഞിട്ടുണ്ടല്ലോ വാശി നല്ലതാണ്. എന്നാൽ അത് ഇരുവരുടെയും നന്മയ്ക്ക് വേണ്ടിയായിരിക്കണമെന്ന്. ഞാനത് പാലിക്കുന്നു. മറ്റുള്ളവരെ അനുസരിപ്പിക്കാൻ പഠിപ്പിക്കുന്നു. ഇത്തിരി പേരെങ്കിലും അത് അനുസരിക്കുമ്പോൾ മനസ്സിന് ഒത്തിരി സന്തോഷാ ഉണ്ടാകുന്നെ."

ദീപാങ്കുരന്റെ വാക്കുകൾ കേട്ടപ്പോൾ തന്റെ ചിന്തകളെ ഏകോപിച്ച് വളർന്നുവരുന്ന മകനെക്കുറിച്ചോർത്ത് പ്രകാശൻ മാഷ്ക്ക് അഭിമാനം തോന്നി. പ്രകാശൻ മാഷ് അവനെ ചേർത്ത് പിടിച്ച് അനുമോദിച്ചപ്പോൾ അവനത് വലിയ അംഗീകാരമായി അനുഭവപ്പെട്ടു.

"മോനെ.. ഓപ്പറേഷൻ ക്ലാസിലെ പേക്കാന്തൻ തവളയ്ക്ക് പിന്നെയെന്താ സംഭവിച്ചത്?"

കിഴക്കെ റോഡിൽനിന്നും വീട്ടുപറമ്പിലേക്കുള്ള ഇടവഴി കയറുമ്പോൾ പ്രകാശൻ മാഷ് ചോദിച്ചു.

ദീപാങ്കുരൻ പറഞ്ഞു:

"ശ്രീധരൻ മാഷ് പേക്കാന്തൻ തവളയുടെ ഉടൽ തുന്നിക്കൂട്ടി. കൈകാലുകളിലെ മുള്ളാണികൾ ഊരിയെടുത്തു. ശേഷം ശ്രീധരൻ മാഷ് പറഞ്ഞതനുസരിച്ച് കഞ്ഞിപ്പുരയുടെ തെക്കേ പറമ്പിലെ മാവിന്റെ തണലിൽ പേക്കാന്തൻ തവളയെ ഞങ്ങൾ ഉപേക്ഷിച്ചു. അപ്പോഴും അതിന് ജീവനുണ്ടായിരുന്നു. വൈകിട്ട് സ്ക്കൂൾ വിട്ടപ്പോൾ ഞാനും അനിലും പേക്കാന്തൻ തവളയെ ചെന്നു നോക്കി. പാവം അതിനെ ഉറുമ്പ് പൊതിഞ്ഞിരുന്നു.

ഇത്തിരിനേരത്തെ നിശ്ശബ്ദതയ്ക്കുശേഷം ദീപാങ്കുരൻ തുടർന്നു:

"അന്ന് രാത്രി എനിക്ക് ഉറക്കം വന്നില്ല. ഓപ്പറേഷൻ ക്ലാസിലെ അനുഭവമായിരുന്നില്ല എന്റെ മനസ്സിൽ. എന്റെ മനസ്സ നിറയെ നൂറു കണക്കിന് ഉറുമ്പുകൾ പൊതിഞ്ഞുകിടക്കുന്ന പാവം പേക്കാന്തൻ തവളയായിരുന്നു.

പിറ്റേ ദിവസം ഞാൻ അവിടെ ചെന്നു നോക്കിയപ്പോൾ

കണ്ടത് ഉറുമ്പുകൾ അരിച്ചരിച്ച് ബാക്കിവെച്ച പേക്കാന്തൻ തവളയുടെ അസ്ഥികൂടമായിരുന്നു.

ഞാനപ്പോ ചിന്തിച്ചത് ഇങ്ങനെയായിരുന്നു:

മുതലക്കുളത്തിന്റെ കരയിൽ ശാന്തമായി ജീവിച്ചു പോന്ന പേക്കാന്തൻ തവള കുട്ടികൾക്ക് പാഠപുസ്തകമായി. പിന്നെ ഉറുമ്പുകൾക്ക് തീറ്റയായി അവസാനിച്ചു. അറിവ് നല്കുന്നതും വിശപ്പ് ഇല്ലാതാക്കുന്നതും പുണ്യകർമ്മമാണ്. ഒരുപാട് വേദന സഹിച്ച് മരണത്തിന് കീഴടങ്ങിയ പേക്കാന്തൻ തവള ആ പുണ്യ കർമ്മം ഭംഗിയായി നിർവ്വഹിച്ചിരിക്കുന്നു. എനിക്ക് അങ്ങനെ ചിന്തിക്കാനായിരുന്നു ഇഷ്ടം.

ഓപ്പറേഷൻ ക്ലാസിലെ പേക്കാന്തൻ തവളയുടെ പിടയ്ക്കുന്ന ആ ഹൃദയം എന്റെ മനസ്സിൽ ഒരിക്കലും മായാതൊരു ചിത്രമാണ്. അറിവ് ഒളിച്ചുവെക്കേണ്ടതല്ല. തുറന്ന് പങ്കുവെക്കേണ്ടതാണെന്ന് ഞാൻ ആ ചിത്രത്തിലൂടെ പരോക്ഷമായി പഠിക്കുന്നു. ഞാൻ ആ ചിത്രത്തിന് ഓരോ കാലത്തും എന്റെ സല്യൂട്ട് കൊടുത്ത് കൊണ്ടിരിക്കുന്നു."

ദീപാങ്കുരൻ തന്റെ ആത്മകഥയുടെ പലഭാഗങ്ങളിൽ ഒന്ന് പറഞ്ഞ് അവസാനിപ്പിച്ചുകൊണ്ട് അച്ഛന്റെ പിന്നാലെ വീട്ടിന്റെ കോലായിൽ വന്നിരുന്നു.

പ്രഭാതസവാരിക്ക് ശേഷം അരമണിക്കൂർ വിശ്രമമാണ്.

അച്ഛനും മകനും കോലായിൽ നീണ്ടു നിവർന്ന് മലർന്നു കിടന്നു.

ഇത്തിരി നേരത്തെ മൗനത്തിന് ശേഷം പ്രകാശൻ മാഷ് മകനോട് ചോദിച്ചു:

"ഓപ്പറേഷൻ ക്ലാസിനുശേഷം നീ നിന്റെ ആത്മകഥയിൽ ചേർത്തുവെക്കാൻ പോകുന്ന അടുത്ത വിഷയം എന്താണ്?"

"ഇനി രണ്ട് വിഷയങ്ങളാണുള്ളത്. ഒന്ന് അച്ഛാച്ഛനും അമ്മമ്മയും. രണ്ട് വീട് അറിവിന്റെ പൊൻകുടം."

"കൊള്ളാം. രണ്ടും നല്ല വിഷയങ്ങൾ തന്നെ. നിന്റെ ഭാഷ ഈ വിഷയത്തെ എങ്ങനെ ഭംഗിയാക്കുമെന്ന് അറിയാൻ എനിക്ക്

ആകാംക്ഷയുണ്ട്. ഏത് വിഷയമാണ് മോനെ ആദ്യം എടുക്കുന്നത്?

"വീട് അറിവിന്റെ പൊൻകുടം എന്ന വിഷയം രണ്ടാമത് പറയാമെന്നാണ് ഞാൻ വിചാരിക്കുന്നത്. എന്റെ അച്ഛാച്ഛനും അമ്മമ്മയും സമൂഹത്തിന് മഹത്തായ സന്ദേശങ്ങളല്ലെ. അതുതന്നെ ആദ്യം പറയാം."

ദീപാങ്കുരൻ തന്റെ ആത്മകഥയുടെ അടുത്ത അദ്ധ്യായത്തിലേക്ക് പതിയെ പ്രവേശിച്ചു.

ഏഴ്

ദീപാങ്കുരനിലെ പേരക്കുട്ടി തന്റെ ആത്മകഥ ഇങ്ങനെ തുടർന്നു:

ഞാൻ മൂന്നാം ക്ലാസിൽ പഠിക്കുമ്പോഴാണ് എന്റെ അച്ഛാച്ഛനും അമ്മമ്മയും മരിക്കുന്നത്. ഞാൻ ഗർഭസ്ഥ ശിശുവായിരിക്കുമ്പോൾ അച്ഛനും അമ്മയും പറഞ്ഞുതന്ന കുടുംബകഥയിലെ രാജാവും രാജ്ഞിയുമായിരുന്നു എന്റെ അച്ഛാച്ഛനും അമ്മമ്മയും. അച്ഛാച്ഛൻ പഠിപ്പിച്ച സ്ക്കൂളിലാണ് ഞാനിന്ന് പഠിക്കുന്നത്. ഒരു അദ്ധ്യാപകൻ ഒരു സാമൂഹിക ജീവികൂടിയാണെന്ന് ഞാൻ മനസ്സിലാക്കിയത് അച്ഛാച്ഛന്റെ ജീവിത കഥയിലൂടെയായിരുന്നു. അച്ഛാച്ഛന് വിദ്യാലയത്തിനകത്ത് മാത്രമായിരുന്നില്ല ഒരു ക്ലാസ് റൂം ഉണ്ടായിരുന്നത്. സമൂഹമായിരുന്നു അച്ഛാച്ഛന്റെ ഏറ്റവും വലിയ ക്ലാസ് മുറി. അച്ഛാച്ഛൻ അവിടെയിരുന്ന് പഠിക്കുകയും പഠിപ്പിക്കുകയും ചെയ്തു. നന്മ നിറഞ്ഞ പെരുമാറ്റ ശീലങ്ങൾ ജീവിതത്തെ നിറയെ പൂത്തുനില്ക്കുന്ന മരംപോലെ എന്നെന്നും നിലനിർത്തുമെന്ന് അച്ഛാച്ഛൻ തന്റെ ഡയറിയിൽ കുറിച്ചിട്ടത് ഞാൻ വായിച്ചിട്ടുണ്ട്.

പ്രകൃതി നടത്തമായിരുന്നു അച്ഛാച്ഛന്റെ പ്രധാന വിനോദം. ആ വിനോദം അച്ഛാച്ഛന് നല്കിയ വലിയൊരു സമ്പത്തായിരുന്നു സത്യസന്ധമായ സൗഹൃദം. അച്ഛാച്ഛന്റെ ഇടപെടലു

കളൊക്കെയും സമൂഹം ഇഷ്ടത്തോടെ മാത്രമേ സ്വീകരിച്ചിട്ടുള്ളൂ. ഒരു പൂവ് തരുന്ന ഭംഗിയും സുഗന്ധവുംപോലെ ആസ്വാദ്യകര മായിരുന്നു അച്ഛാച്ഛന്റെ വാക്കുകളും പ്രവർത്തികളും. നല്ലതുമാത്രം ചിന്തിക്കുക. അങ്ങനെ ചിന്തിക്കുന്നത് മാത്രം പറയുക. പറയുന്നത് പ്രവർത്തിക്കുക. അതായിരുന്നു അച്ഛാച്ഛന്റെ മൊത്തം ജീവിത സാരാംശം.

കേളുമാഷെപ്പോലെത്തന്നെ അച്ഛാച്ഛനും പ്രകൃതിയെ വലിയ ഇഷ്ടമായിരുന്നു. മനുഷ്യന്റെ ബുദ്ധി എങ്ങനെ പ്രവർത്തിക്കുന്നുവോ അതുപോലെ ഇരിക്കും പ്രകൃതിയുടെ ആരോഗ്യത്തിനുണ്ടാവുന്ന നേട്ടവും കോട്ടവുമെന്ന് അച്ഛാച്ഛന്റെ എഴുത്തിൽനിന്നും ഞാൻ വായിച്ചു മനസ്സിലാക്കിയിട്ടുണ്ട്.

അച്ഛാച്ഛൻ നല്ലൊരു അദ്ധ്യാപകനെപ്പോലെത്തന്നെ നല്ലൊരു കർഷകൻകൂടിയായിരുന്നു. അച്ഛാച്ഛനും കേളുമാഷും കൂട്ടുകൃഷിയിൽ കാട്ടിയ മിടുക്ക് തലമുറകൾ ശീലമാക്കേണ്ട കൃഷിപാഠമാണ്. അടുക്കളയിൽ പാകം ചെയ്യേണ്ടത് സ്വന്തം കൃഷിഭൂമിയിൽ വിളയിച്ചെടുക്കുന്ന കായ്ഫലങ്ങളാണെന്ന് അച്ഛാച്ഛനിലൂടെ അച്ഛനും അച്ഛനിലൂടെ ഞാനും പഠിക്കുകയാണ്.

അമ്മമ്മയും അച്ഛാച്ഛന്റെ ശീലങ്ങൾക്ക് ഒപ്പംതന്നെ നടന്നു. ഒരു അടുക്കളക്കാരി ഒരു സാമൂഹിക ജീവി കൂടിയാണെന്ന് അച്ഛാച്ഛന്റെ ശീലങ്ങൾക്ക് ഒപ്പം നടന്നുകൊണ്ട് അമ്മമ്മയും തെളിയിച്ചിരുന്നു. അമ്മമ്മയും അച്ഛാച്ഛനെപ്പോലെ നല്ലൊരു കർഷകയായിരുന്നു.

അച്ഛാച്ഛനായിരുന്നു ആദ്യം മരിച്ചത്. അന്ന് ഞാൻ മൂന്നാം ക്ലാസിൽ പഠിക്കുന്നു. അച്ഛാച്ഛന്റെ മരണം സുഖമുള്ള മരണമാണെന്നാണ് എല്ലാവരും പറയുന്നത്. രാത്രി ഉറങ്ങാൻ കിടന്ന് രാവിലെ ഉണരാതെ പോകുന്നത് സുഖമുള്ള മരണ മാണെന്ന് ഞാനും എന്റെ കൂട്ടുകാരോട് പങ്കുവെച്ചു. അച്ഛാച്ഛൻ മരിച്ച് ഏഴുമാസം കഴിഞ്ഞപ്പോഴാണ് അമ്മമ്മയും മരിക്കുന്നത്. അതും സുഖമുള്ള മരണം തന്നെ. ഒന്നായി ജീവിച്ച് ഒരേപോലെ മരിച്ചവരായിരുന്നു എന്റെ അച്ഛാച്ഛനും അമ്മമ്മയും.

അച്ഛാച്ഛന്റെ ആഗ്രഹമായിരുന്നു മരണശേഷം മൃതദേഹം

കുട്ടികൾക്ക് പഠിക്കാൻ കൊടുക്കണമെന്ന്. അമ്മമ്മയും അച്ഛാച്ഛന്റെ വാക്കുകൾ ഏറ്റുപിടിച്ചപ്പോൾ അവരുടെ ആഗ്രഹം സാധിച്ച് നല്കാമെന്ന് അച്ഛൻ ഉറപ്പുകൊടുത്തു. ഞാനും എന്റെ അച്ഛനും അമ്മയ്ക്കും ഉറപ്പുകൊടുത്തിട്ടുണ്ട്. അവരുടെ ആഗ്രഹം സാധിച്ച് കൊടുക്കാമെന്ന്.

അച്ഛാച്ഛന്റെയും അമ്മമ്മയുടെയും മൃതദേഹം മെഡിക്കൽ കോളേജിലെ ജീവനക്കാർ വീട്ടിൽ വന്നാണ് കൊണ്ടുപോയത്. അന്ന് ആംബുലൻസ് ഞങ്ങളുടെ വീട്ടുമുറ്റംവരെ വന്നിരുന്നു. അച്ഛാച്ഛനെയും പിന്നെ അമ്മമ്മയെയും ആശുപത്രിയിലാക്കാൻ കൊണ്ടുപോകുമ്പോൾ അച്ഛൻ അന്ന് ഒരുപാട് കരഞ്ഞിരുന്നു. പിന്നെ മരണശേഷവും അച്ഛാച്ഛനും അമ്മമ്മയും കുട്ടികൾക്ക് അറിവാകുന്നതിൽ അച്ഛനെ പോലെത്തന്നെ ഞങ്ങൾ എല്ലാവരും അഭിമാനംകൊണ്ടു.

കുട്ടികൾക്ക് അറിവ് പകർന്നുകൊടുത്ത അച്ഛാച്ഛനും അച്ഛാച്ഛനോടൊപ്പം അനുസരണയോടെ നടന്ന അമ്മമ്മയും മരണശേഷവും മെഡിക്കൽ കോളേജിലെ വിദ്യാർത്ഥികൾക്ക് അറിവിന്റെ പാഠപുസ്തകമായി ക്ലാസ് മുറിയിലെ ഡസ്ക്കിൽ രണ്ടുവർഷത്തോളം തൊട്ട് തൊട്ട് കിടന്നു.

ഇപ്പോഴും അവരുടെ കണ്ണുകളിലൂടെ നാലുപേർ ലോകം കാണുന്നുണ്ടെന്ന് വിശ്വസിക്കുമ്പോൾ ആ നല്ല അച്ഛാച്ഛന്റെയും അമ്മമ്മയുടെയും പേരക്കുട്ടിയാകാൻ കഴിഞ്ഞതിൽ എനിക്കേറെ അഭിമാനം തോന്നുന്നു.

അച്ഛാച്ഛനെ വീട്ടിനകത്തുനിന്നും വെള്ളത്തുണിയിൽ പൊതിഞ്ഞ് ആംബുലൻസിൽ കൊണ്ടുപോയന്ന് രാത്രി ആളൊക്കെ ഒഴിഞ്ഞുപോയപ്പോൾ അച്ഛാച്ഛന്റെ ചാരുകസേര യിൽ കണ്ണടച്ചു കിടക്കുകയായിരുന്ന അച്ഛന്റെ അരികിലേക്ക് ചെന്ന് ഞാൻ അച്ഛനോട് ചോദിച്ചു:

അച്ഛാച്ഛൻ ഇപ്പോ ആശുപത്രിയിൽ ഒറ്റയ്ക്ക് കിടക്കുക യാവും അല്ലേ അച്ഛാ? നാളെ നമുക്ക് അച്ഛാച്ഛനെ കാണാൻ പോയാലോ?

“ആശുപത്രിക്കാര് അച്ഛാച്ഛനെ നമുക്ക് കാണിച്ചുതരില്ല

മോനെ. അവരിപ്പോ അച്ഛാച്ഛനെ എണ്ണതേച്ച് കിടത്തിയിട്ടുണ്ടാവും."

"എണ്ണയോ? ജീവനില്ലാത്ത ശരീരത്തിൽ എണ്ണ തേച്ചിട്ടെന്താണ് പ്രയോജനം അച്ഛാ?"

"എണ്ണ എന്ന് ഞാൻ ഉദ്ദേശിച്ചത് മൃതദേഹം ചീഞ്ഞുപോകാതിരിക്കാൻ ഉപയോഗിക്കുന്ന ഫോർമാലിൻ എന്ന ദ്രാവകമാണ് മോനെ. അതിൽ ഇട്ടുവെച്ചാ ഒരു കാലത്തും മൃതദേഹം മോശമാവില്ല. സൗകര്യംപോലെ എപ്പോ വേണമെങ്കിലും എടുത്ത് കുട്ടികളെ പഠിപ്പിക്കാം."

"അപ്പോ അച്ഛാച്ഛന്റെ താടിയും മുടിയും മീശയുമൊക്കെ അങ്ങനെ തന്നെ ഉണ്ടാവോ അച്ഛാ?"

"ഇല്ല മോനെ. മൃതദേഹം ആശുപത്രിയിൽ എത്തിച്ചാൽ അപ്പോത്തന്നെ ശരീരത്തിലെ രോമങ്ങളൊക്കെ മാറ്റും. അതിനു ശേഷമാണ് ഫോർമാലിൻ ദ്രാവകം തേക്കുക. ഓരോ ദിവസം കഴിയുംതോറും അച്ഛാച്ഛന്റെ തടിച്ചുവെളുത്ത ശരീരം ചുരുങ്ങിച്ചുരുങ്ങി കറുത്തുവരും. നമുക്ക് അച്ഛാച്ഛനെ കണ്ടാൽ മനസ്സിലാവുക പോലും ഇല്ല. ഒരു വർഷമാണ് കുട്ടികൾ അച്ഛാച്ഛനെ പഠിക്കാൻ ഉപയോഗിക്കുക. ഞങ്ങൾ പാഠപുസ്തകം ഉപയോഗിക്കുന്നില്ലെ. അതുപോലെ. പുസ്തകത്തിലെ ഓരോ പേജുകൾ പോലെയാണ് അച്ഛാച്ഛന്റെ ഓരോ അവയവങ്ങളും കുട്ടികൾക്ക്. ആദ്യം അവർ അച്ഛാച്ഛന്റെ ബാഹ്യരൂപം പഠിക്കും. പിന്നെ നെഞ്ചും ഉടലും പിളർക്കും. തലയോട്ടി പിളർന്ന് തലച്ചോറിനെക്കുറിച്ച് പഠിക്കും. കൈകാലുകൾ മുറിച്ച് അസ്ഥികൾ പരിചയപ്പെടും. അങ്ങനെ അച്ഛാച്ഛന്റെ ശരീരം മുഴുവൻ കുട്ടികൾ പഠിച്ചു കഴിയുമ്പോഴേക്കും ഒരു വർഷം പൂർത്തിയാവും. ഒരു വർഷം കഴിഞ്ഞാൽ അച്ഛാച്ഛന്റെ ശരീരഭാഗങ്ങൾ ശ്മശാനത്തിൽ കൊണ്ടുപോയി ബഹുമാനപൂർവ്വം അവർ കത്തിച്ചുകളയും.

അച്ഛൻ അങ്ങനെ ഓരോ കാര്യങ്ങൾ പറഞ്ഞു തന്നപ്പോൾ അച്ഛാച്ഛനോടുള്ള എന്റെ ഇഷ്ടം പെരുത്തിഷ്ടമായി.

അച്ഛാച്ഛനും അമ്മമ്മയും എത്രനല്ലവരാണ്. മരണശേഷം അവരുടെ ശരീരം കുട്ടികൾക്ക് അറിവിന്റെ പാഠപുസ്തകങ്ങളായല്ലോ.

അച്ഛാച്ഛനും അമ്മമ്മയും മരിച്ചിട്ട് നാല് വർഷം കഴിഞ്ഞു. എന്നാൽ അവരുടെ കണ്ണുകളിലൂടെ നാലുപേർ ഇപ്പോഴും ലോകം കാണുന്നുണ്ടാവും. ആരൊക്കെ ആയിരിക്കും അവർ.

അച്ഛാച്ഛൻ മരിച്ചപ്പോഴും അമ്മമ്മ മരിച്ചപ്പോഴും അവരുടെ കണ്ണെടുക്കാൻ വന്നത് കേളുമാഷിന്റെ മോൾ ഡോക്ടർ ധൻവി ആയിരുന്നു. ഞങ്ങളുടെ പഴയ വീട്ടിന്റെ തെക്കേ മുറിയിൽ വെച്ചായിരുന്നു അന്ന് ഡോക്ടർ ധൻവിയും കൂട്ടരും അച്ഛാച്ഛന്റെയും അമ്മമ്മയുടെയും കണ്ണെടുത്തുകൊണ്ട് പോയത്.

അച്ഛാച്ഛൻ മരിച്ചന്ന് ധൻവി ഡോക്ടർ അച്ഛാച്ഛന്റെ കണ്ണെടുത്തപ്പോൾ എന്റെ മനസ്സിൽ ഒരുപാട് സംശയങ്ങൾ ഉണ്ടായി. അന്ന് രാത്രി സങ്കടപ്പെട്ടു കിടക്കുന്ന അമ്മയെ പറ്റിച്ചേർന്ന് കിടന്നുകൊണ്ട് ഞാൻ ചോദിച്ചു:

“അച്ഛാച്ഛന്റെ കണ്ണുകൾ എന്തിനാ ഡോക്ടർ കൊണ്ട് പോയത്?”

“അത് കാഴ്ചയില്ലാത്തവർക്ക് കൊടുക്കാൻ.”

“കാഴ്ച കിട്ടിയത് ആർക്കാണെന്ന് നമുക്ക് അറിയാൻ പറ്റുമോ? കാഴ്ച കിട്ടിയാൽ അവർ നമ്മെ കാണാൻ വരുമോ?”

“ഇല്ല.”

“അതെന്താ?”

“അത്.. ആർക്കാണോ കണ്ണ് കൊടുക്കുന്നതെന്ന് ഡോക്ടർ നമ്മോട് പറയില്ല, ആരുടെ കണ്ണാണ് സ്വീകരിക്കുന്നതെന്ന് കാഴ്ച ആവശ്യമുള്ളവരോടും ഡോക്ടർ പറയില്ല.”

“അതെന്താ പറഞ്ഞാല്?”

“പറഞ്ഞാല് ഒന്നുമില്ല. അതൊന്നും നമ്മൾ അറിയാതിരിക്കുന്നതല്ലെ നല്ലത്. അറിഞ്ഞാ മനസ്സെപ്പോഴും അതിന്റെ പിന്നാലെയാവും. അച്ഛാച്ഛൻ ചെയ്തൊരു പുണ്യമാണ് വെളിച്ചം മറ്റൊരാൾക്ക് പങ്കുവെച്ചത്. അത് പൊതുവായൊരു അറിവായി നിലനിന്നാമതി. വെളിച്ചം സ്വീകരിച്ചത് ആരെങ്കിലും ആയിക്കോട്ടെ. ആൾക്കൂട്ടത്തിന്റെ കാഴ്ച അച്ഛാച്ഛന്റെ കാഴ്ചയായി കണ്ടാമതി.”

അമ്മ പിന്നെയൊന്നും പറഞ്ഞില്ല. ഞാൻ ഒന്നും ചോദിച്ചതുമില്ല.

ഏഴു മാസം കഴിഞ്ഞ് അമ്മമ്മ മരിച്ചപ്പോ എന്തൂട്ടം ആൾ ക്കാരാണ് വീട്ടിൽ വന്നത്. അപ്പോ ആൾക്കൂട്ടത്തിലേക്ക് മിഴി നട്ടുകൊണ്ട് ഞാൻ അമ്മയോട് ചോദിച്ചു:

"ഈ ആൾക്കൂട്ടത്തിൽ ഏതെങ്കിലും രണ്ടുപേർക്ക് അച്ഛാച്ഛന്റെ കണ്ണുകൾ ഉണ്ടാവും അല്ലെ അമ്മേ."

അമ്മയുടെ തേങ്ങൽ മാത്രമായിരുന്നു എനിക്ക് അപ്പോൾ കിട്ടിയ മറുപടി.

ഇന്നും അച്ഛന്റെ കൈ പിടിച്ച് സവാരിക്ക് ഇറങ്ങുമ്പോൾ ആൾക്കൂട്ടത്തിൽനിന്നും നാലുകണ്ണുകൾ വാത്സല്യത്തോടെ ഞങ്ങളെ നോക്കുന്നുണ്ടാവുമെന്ന് ഞാൻ ചിന്തിക്കാറുണ്ട്.

ദീപാങ്കുരൻ തന്റെ ചിന്ത അച്ഛനോട് പറഞ്ഞു. മകന്റെ വാക്കുകൾ പ്രകാശൻ മാഷിന്റെ മനസ്സിൽ അച്ഛനെക്കുറിച്ചും അമ്മയെക്കുറിച്ചുമുള്ള ഓർമ്മകൾ ഉണർത്തി.

പ്രകാശൻ മാഷ് മകൻ കാണാതെ കണ്ണുകൾ തുടച്ചുകൊണ്ട് കോലായിൽനിന്നും പതിയെ എഴുന്നേറ്റു. പിന്നെ പ്രസന്നത യോടെ മകനെ നോക്കി.

അപ്പോ അങ്ങോട്ട് വന്ന ദീപാങ്കുരന്റെ അമ്മ ആത്മജ ടീച്ചർ പറഞ്ഞു;

"ഞായറാഴ്ചയായതുകൊണ്ടാവും പ്രഭാത സവാരിക്ക് ശേഷമുള്ള വിശ്രമം ഇത്തിരി നീണ്ടുപോയത്. അല്ലെ? രണ്ട് പേരും ചെന്ന് വേഗം ദേഹശുദ്ധി വരുത്താൻ നോക്ക്. വല്ലതും തിന്നണ്ടെ."

അപ്പോ പ്രകാശൻ മാഷ് പറഞ്ഞു:

"ടീച്ചറെ.. അറിഞ്ഞോ..നിന്റെ മോൻ ആത്മകഥ എഴുതാൻ പോന്നു. എഴുത്തിന്റെ രത്നച്ചുരുക്കം ഇന്നത്തെ പ്രഭാത സവാരിക്കിടയിൽ ഇവൻ എന്നെ പറഞ്ഞു കേൾപ്പിച്ചിട്ടുണ്ട്ട്ടോ. കൊള്ളാം. മനസ്സിൽനിന്നും എഴുത്തിലേക്ക് വരുമ്പോ ഇവൻ പറഞ്ഞതൊക്കെ ഒന്നുകൂടി നന്നാവും. വായിക്കാൻ രസവും ഉണ്ടാവും."

ആത്മജ ടീച്ചർ ചിരിച്ചു:

“മകൻ ആത്മകഥ എഴുതാൻ പോന്നകാര്യം ഞാൻ ഇന്നലെ രാത്രി തന്നെ അറിഞ്ഞു. രത്നച്ചുരുക്കം ഞാൻ കേൾക്കുകയും ചെയ്തു. വീട് അറിവിന്റെ പൊൻകുടം. അതല്ലെ അവസാനത്തെ അദ്ധ്യായം. നിങ്ങള് കൂർക്കം വലിക്കുന്നത് കേട്ട് ഉറക്കം വരാതെ ഞങ്ങള് കിടക്കുമ്പോ മോൻ മനസ്സിൽ കുറിച്ചിട്ടത് എന്നോട് പറഞ്ഞു. പ്രഭാത സവാരിയൊക്കെ കഴിഞ്ഞ് വന്നിട്ടാമ്പം നിങ്ങളോട് പറയാമെന്ന് കരുതി ഇരിക്കുകയായിരുന്നു ഞാൻ. മോന്റെ ആത്മകഥ നിങ്ങൾ പറഞ്ഞതുപോലെ എഴുത്തിലേക്ക് വരുമ്പോ നന്നാവും.”

അച്ഛന്റെയും അമ്മയുടെയും പ്രോത്സാഹനം കിട്ടിയപ്പോൾ ദീപാങ്കുരന്റെ ആത്മവിശ്വാസത്തിന് ഒരു പടികൂടി ഉയർച്ച യുണ്ടായി.

അവൻ ഉത്സാഹത്തോടെ അമ്മയുടെ കൈയിൽനിന്നും തോർത്ത് വാങ്ങി കുളിമുറിയിലേക്ക് ഓടി.

എട്ട്

പ്രകാശൻ മാഷ് തറവാട്ട് കാവിലെ കളിയാട്ടവുമായി ബന്ധപ്പെട്ട യോഗത്തിൽ പങ്കെടുക്കാനായി പോയിരിക്കുകയാണ്. ആത്മജ ടീച്ചർ ഉച്ചക്കേക്കുള്ള പച്ചക്കറികൾ അടുക്കളത്തോട്ടത്തിൽനിന്നും ശേഖരിക്കുന്നതിന്റെ തിരക്കിലും.

ദീപാങ്കുരൻ കുളിയും ചായകുടിയും കഴിഞ്ഞ് പത്രവായനയ്ക്കുശേഷം കോലായിലെ ചുമർചാരിയിരുന്ന് തന്റെ ആത്മകഥയുടെ തുടർഭാഗത്തെക്കുറിച്ച് ഇങ്ങനെ ചിന്തിച്ചുതുടങ്ങി:

എന്റെ വീട് എനിക്ക് അറിവ് പകർന്നുതരുന്ന വലിയൊരു ഗ്രന്ഥമാണ്. എന്നിലെ അറിവിന്റെ ഗുരുക്കന്മാരാണ് എന്റെ അച്ഛനും അമ്മയും. അവരുടെ ഗുരുക്കന്മാരായിരുന്ന എന്റെ അച്ഛാച്ഛനും അമ്മമ്മയും എനിക്കും പ്രിയപ്പെട്ട ഗുരക്കന്മാരു തന്നെ.

മൂന്ന് വർഷം എന്നെ വാത്സല്യത്തിന്റെ തൊട്ടിലിൽ കിടത്തി വളർത്തിയ എന്റെ അച്ഛാച്ഛനും അമ്മമ്മയും എനിക്ക് തന്ന ഏറ്റവും വലിയ സന്ദേശമായിരുന്നു അവരുടെ ശരീര ദാനം. മരണശേഷം അവരുടെ ശരീരം ഡോക്ടർമാർ കീറിമുറിച്ച് കുട്ടികളെ പഠിപ്പിച്ചു. ഇരുട്ടിൽ കഴിയുന്ന നാലുപേർക്ക് അച്ഛാച്ഛനും അമ്മമ്മയും സ്വന്തം കണ്ണുകൾ നല്കി പ്രകാശം കൊടുത്തു. ഈ ഒരു പ്രവൃത്തിയിലൂടെ എന്റെ അച്ഛാച്ഛനും

അമ്മമ്മയും എനിക്ക് നല്കിയ ഏറ്റവും വലിയ സന്ദേശമായിരുന്നു നന്മയുടെ പ്രകാശമാവുക എന്നത്. ഞാൻ എന്റെ അച്ഛാച്ഛനേയും അമ്മമ്മയേയും നമിക്കുന്നു. അവരുടെ മനസ്സുതന്നെയാണ് എന്റെ അച്ഛനും അമ്മയ്ക്കും. ഞാനും അത് ഏറ്റെടുത്തിട്ടുണ്ടല്ലോ. എന്റെ തീരുമാനം അച്ഛനെയും അമ്മയെയും ഏറെ സന്തോഷിപ്പിച്ചിട്ടുണ്ട്.

ഇപ്പോൾ വീട് അറിവിന്റെ പൊൻകുടം എന്ന തലക്കെട്ടിനെക്കുറിച്ച് ചിന്തിക്കുമ്പോൾ ഒരിക്കൽ അച്ഛൻ അമ്മയോട് പറഞ്ഞത് ഞാൻ ഇപ്പോഴും ഓർക്കുന്നു.

അന്ന് അച്ഛൻ പറഞ്ഞത് ഇങ്ങനെയായിരുന്നു:

'വീടാണ് ഒരു കുട്ടിയുടെ വ്യക്തിത്വത്തെ വളർത്തുന്നത്. പോത്തിനെപ്പോലെ അലറുന്ന രക്ഷിതാക്കളല്ല വീട്ടിൽ ഉണ്ടാവേണ്ടത്. കുയിലിനെപ്പോലെ മധുരമായി പാടുന്ന കൂട്ടുകാരായിരിക്കണം കുട്ടികൾക്കെന്നും രക്ഷിതാക്കൾ.'

അച്ഛന്റെ വർത്താനത്തിന് എന്തായിരിക്കും അമ്മയുടെ മറുപടിയെന്നറിയാൻ ഞാൻ കാതുകൂർപ്പിച്ചിരുന്നു. അപ്പോ അമ്മ പറഞ്ഞു:

'മധുരസ്വരമാണ് വേണ്ടത്. സമ്മതിച്ചു. എന്നാൽ അപസ്വരവും പരിചയപ്പെടുത്തുന്നത് നല്ലതാണ്. ഇല്ലെങ്കിൽ അപ്രതീക്ഷിതമായി വരുന്ന അപസ്വരം കേട്ട് കുട്ടി പേടിച്ചുപോകും. അത് മനസ്സിനെ ബാധിക്കുന്ന കാര്യമാണ്.'

അച്ഛൻ എന്തോ പറയാൻ തുനിഞ്ഞപ്പോൾ അമ്മ ചിരിച്ചുകൊണ്ട് തുടർന്നു:

നമ്മൾ തല്ലുകൂടി കാണിച്ചുകൊടുക്കണമെന്നല്ല അതിനർത്ഥം. കുട്ടിയുടെ ബോധത്തിലേക്ക് നമ്മുടെ ചുറ്റുവട്ടത്തൊക്കെ നടക്കുന്ന സംഭവങ്ങളും തകർച്ചകളും പരിചയപ്പെടുത്തുന്നത് നന്നായിരിക്കുമെന്ന് സാരം.

അച്ഛൻ അത് അംഗീകരിച്ചുകൊണ്ട് പറഞ്ഞു:

ഓരോ ദൃശ്യവും കണക്കിലെ കൂട്ടലും കുറയ്ക്കലും പോലെയായിരിക്കണം. നന്മയെ കൂട്ടിയിടാനും തിന്മയെ കുറച്ചിട്ട് തള്ളാനും കുട്ടികളെ ചെറുപ്രായത്തിലെ ശീലിപ്പിക്കണം.

മാതാപിതാക്കളുടെ പെരുമാറ്റമാണ് മക്കളുടെ പെരുമാറ്റ വളർച്ചയുടെ അടിസ്ഥാനം. രക്ഷിതാക്കളുടെ തർക്കങ്ങൾ ഒരിക്കലും കുട്ടികളുടെ മുന്നിൽവെച്ചാകരുത്. എല്ലാം പെട്ടെന്ന് വലിച്ചെടുക്കുന്ന നിഷ്കളങ്കമായ മനസ്സാണ് കുഞ്ഞുങ്ങളുടേത്. കുഞ്ഞുങ്ങളുടെ മനസ്സ് കളങ്കപ്പെട്ടാൽ അത് മായിച്ചെടുക്കുക പ്രയാസമാണ്. അതുകൊണ്ട് നമുക്ക് നല്ല അച്ഛനും അമ്മയും ആകാം.

അവർ അങ്ങനെ ഓരോന്ന് പറഞ്ഞുകൊണ്ടേ ഇരുന്നു.

എന്റെ വീട് ഒരു ചർച്ചാ ക്ലാസാണ്. അച്ഛനും അമ്മയും ഞാനും മാത്രമുള്ള ചർച്ചാ ക്ലാസ്. ലോകത്തുള്ള എല്ലാ വിഷയ വും അച്ഛനും അമ്മയും ചർച്ചക്കെടുക്കും. ഞാൻ മിക്കപ്പോഴും കേൾവിക്കാരൻ മാത്രമായിരിക്കും. ആ കേൾവിയിൽനിന്നും എനിക്കു കിട്ടുന്നതോ ഒരുപാട് അറിവുകളും.

കുട്ടികളിലെ ലഹരി ഉപയോഗത്തെക്കുറിച്ചും, കുട്ടികളിലെ ലൈംഗിക വാസനകളെക്കുറിച്ചും, കുട്ടികളിലെ ക്രിമിനൽ സ്വഭാവങ്ങളെക്കുറിച്ചും കുട്ടികളുടെ ഒളിച്ചോട്ടങ്ങളെക്കുറിച്ചും, കുട്ടികളുടെ കള്ളത്തരങ്ങളെക്കുറിച്ചും കുട്ടികളുടെ മറ്റ് ദുശ്ശീല ങ്ങളെക്കുറിച്ചുമൊക്കെ സംസാരിക്കാൻ അച്ഛനും അമ്മയും ഒരുപാട് സമയം കണ്ടെത്തിയിരുന്നു. അപ്പോഴൊന്നും കുട്ടികളെ കുറ്റം പറയാനല്ല അച്ഛനും അമ്മയും ശ്രദ്ധിച്ചിരുന്നത്. കുറ്റം ചുമത്തിയത് മുഴുവനും സമൂഹത്തെ ആയിരുന്നു.

ചർച്ച നവമാധ്യമങ്ങളിലേക്ക് കടന്നപ്പോൾ മൊബൈൽ ഫോണായി കുട്ടികളുടെ വില്ലൻ. കണ്ണിനേയും കാതിനേയും തലച്ചോറിനേയും നശിപ്പിക്കുന്ന പുഴുവായി അച്ഛൻ മൊബൈ ലിനെ ഉപമിച്ചപ്പോൾ നമ്മുടെ സംസ്കാരത്തെ തന്നെ മാറ്റിമറിക്കുന്ന വില്ലനാണ് മൊബൈലെന്ന് അമ്മ അഭിപ്രായ പ്പെട്ടു. എന്നാൽ മൊബൈലിന്റെ നല്ല വശങ്ങളെക്കുറിച്ചു വാചാലനാകാനും അവർ കൂടുതൽ സമയം എടുത്തിരുന്നു.

അച്ഛനും അമ്മയും ചർച്ചക്കെടുക്കുന്ന വിഷയങ്ങളൊ ക്കെയും ഞാൻ ഗൗരവത്തോടെ ശ്രദ്ധിച്ചിരുന്നു. അത് എനിക്ക് തന്ന ബോധം വളരെ വലുതായിരുന്നു. ഒരിക്കൽ ഞാൻ അവരുടെ ചർച്ചയിൽ സജീവമായി പങ്കെടുക്കുകയും ചെയ്തു.

വിഷയം മസ്തിഷ്കമായിരുന്നു.

അച്ഛനാണ് തുടങ്ങി വെച്ചത്:

"എല്ലാ ജീവികളിൽനിന്നും വ്യത്യസ്തമാണ് മനുഷ്യന്റെ തലച്ചോറ്. ഈ തലച്ചോറിന് ഒത്തിരി പണികൊടുക്കുന്നവരെ മിടുക്കന്മാരുടെ പട്ടികയിൽ ഉൾപ്പെടുത്താം. ഇത്തിരി മാത്രം ഉപയോഗിക്കുന്നവരെ അരമണ്ടന്മാരുടെ പട്ടികയിൽ ചേർക്കാം. തീരെ ഉപയോഗിക്കാത്തവരാണ് മരമണ്ടന്മാരായി മാറുന്നത്. നന്നായി ഉപയോഗിക്കുന്നവരെ മിടുമിടുക്കന്മാരെന്നു വിളിക്കാം.

"ഈ പറഞ്ഞതിൽ ഏതു കൂട്ടത്തിൽ പെടുന്നവരാണ് അച്ഛാ നമ്മൾ?"

എന്റെ ചോദ്യം കേട്ട് അമ്മ പൊട്ടിച്ചിരിച്ചു. എന്നാൽ അച്ഛന്റെ പ്രതികരണം ഇങ്ങനെയായിരുന്നു:

"മോന്റെ ചോദ്യത്തിൽ ഒരു ഫലിതവും ഞാൻ കാണുന്നില്ല. നമ്മൾ ഏതു കൂട്ടത്തിൽ പെടുന്നുവെന്ന് സ്വയം കണ്ടെത്തേണ്ടതാണ്. അതിന് ആദ്യം നാം തലച്ചോറിനെക്കുറിച്ച് പഠിക്കണം."

അമ്മയുടെ പൊട്ടിച്ചിരി ആരോ പിടിച്ച് നിർത്തിയതുപോലെ പെട്ടെന്നങ്ങ് നിന്നു. ഞാനും അമ്മയും അച്ഛന്റെ ക്ലാസ് കേൾക്കാൻ കാത് കൂർപ്പിച്ചിരുന്നു. എന്നാൽ അച്ഛൻ ഒരു ചോദ്യത്തോടെയാണ് തുടങ്ങിയത്:

"അമ്മയും മോനും തലച്ചോറ് കണ്ടിട്ടുണ്ടോ?"

അച്ഛന്റെ ചോദ്യത്തിന് അമ്മയുടെയും എന്റെ ഉത്തരം ഒന്നായിരുന്നു:

"ങ്ങൾ ചിത്രത്തിൽ മാത്രമേ കണ്ടിട്ടുള്ളു."

അച്ഛന്റെ ഉത്തരവും അതുതന്നെയായിരുന്നു.

അച്ഛൻ തുടർന്നു:

"നമ്മുടെ തലച്ചോറ് പച്ചരിച്ചോറ് പോലെയാണ്. നല്ല പശപശപോലെത്തെ പച്ചരിച്ചോറ് പോലെ. ഈ ലോകത്തിലെ സകലകാര്യങ്ങളും സൂക്ഷിച്ച് വെച്ചാലും പിന്നെയും കാണും ഈ ചോറിനകത്ത് ഇഷ്ടം പോലെ സ്ഥലങ്ങൾ."

"അത് അച്ഛന്റെ തലയിലല്ലെ. എന്റെ കുഞ്ഞ് തലയില് ലോകകാര്യങ്ങൾ മുഴുവനൊന്നും കൊള്ളില്ല."

എന്റെ അഭിപ്രായം കേട്ടപ്പോൾ അച്ഛൻ പറഞ്ഞു:

"ആരു പറഞ്ഞു കൊള്ളില്ലെന്ന്. അറിവിന്റെ ഭാണ്ഡങ്ങൾ എത്രയെത്ര എടുത്ത് നിറച്ചാലും നിറയാത്തൊരു മാന്ത്രിക ഗോളമാണ് നമ്മുടെ തലച്ചോറ്. ഞാനും നീയും നിന്റെ അമ്മയു മൊക്കെ തലച്ചോറിന്റെ ഇത്തിരി ഭാഗമെ ഉപയോഗിക്കുന്നുള്ളൂ. വലിയൊരു ഭാഗവും വെറുതെ കിടക്കുവാ."

"അച്ഛനെന്തായി പറയുന്നെ. നമ്മുടെ ശരീരത്തെ എല്ലാ സമയത്തും നിയന്ത്രിച്ചുകൊണ്ടിരിക്കുന്ന തലച്ചോറിന്റെ വലിയൊരു ഭാഗവും വെറുതെ കിടക്കുകയാണെന്നോ?"

"എന്താ വിശ്വാസമാവുന്നില്ലെ. ഞാനൊരു ഉദാഹരണം പറയാം. നിന്റെ സഹപാഠി അനിലിന്റെ വീടും പറമ്പും എങ്ങനെ യാ? പത്തറുപത് സെന്റ് സ്ഥലം. അതിന്റെ ഒരു ഭാഗത്ത് ഒരു കൊച്ചുവീട്. പിന്നെ പറമ്പ് നിറയെ എന്താ? മോനും അനിലിന്റെ വീടും പറമ്പും കണ്ടതല്ലെ. ഒന്നു പറഞ്ഞേ?"

"ഞാൻ പറയട്ടെ?"

അമ്മയുടെ ചോദ്യം കേട്ടപ്പോൾ അച്ഛൻ പറഞ്ഞു:

"നീ പറയേണ്ട. നമ്മുടെ പുത്രന്റെ സൂക്ഷ്മനിരീക്ഷണവും ഓർമ്മശക്തിയും എത്രയുണ്ടെന്ന് ഞാൻ നോക്കട്ടെ. അതും തലച്ചോറിന്റെ ഒരു ജോലിയാണല്ലോ."

അമ്മ അച്ഛനെ അനുസരിച്ചപ്പോൾ ഞാൻ പറഞ്ഞു:

"അനിലിന്റെ വീട്ടുപറമ്പിനെക്കുറിച്ച് പറഞ്ഞാ.. വീട്ടിലേ ക്കുള്ള ഒറ്റയടിപ്പാത ഒഴികെ ബാക്കിയെല്ലാം കാട് പിടിച്ചു കിടക്കു വാ. ഉറുമ്പിൻ കൂടുകൾ, ചിതൽപ്പുറ്റുകൾ, തൊട്ടാവാടിച്ചെടികൾ, പെരുച്ചാഴികളുടെ വലിയ മാളങ്ങൾ, മുൾച്ചെടികൾ, വള്ളിപ്പടർ പ്പുകൾ, അപ്പക്കാടുകൾ, പിന്നെ അഞ്ചാറ് തെങ്ങുള്ളത് തലപോയ തിന് സമാ."

എന്റെ വിവരണം കേട്ടപ്പോൾ അച്ഛൻ പറഞ്ഞു:

"അപ്പോ.. അനിലും അവന്റെ വീട്ടുകാരും അവരുടെ ചുറ്റുപാടൊന്നും ശ്രദ്ധിക്കുന്നില്ലെന്ന് സാരം. അവര് ശ്രദ്ധിക്കാ ത്തതുകൊണ്ട് എന്തായി? അവരുടെ ഭൂമി കാടുപിടിച്ച് നശിച്ചു പോയി. നേരെ തിരിച്ചായിരുന്നെങ്കിലോ? അവരുടെ മണ്ണ് മറ്റുള്ളവർക്ക് മാതൃകയായേനേ. മണ്ണിന്റെ ആരോഗ്യം എന്ന് പറയുന്നത് നല്ല കൃഷിയാണ്.

അച്ഛൻ പറഞ്ഞു നിർത്തിയപ്പോൾ ഞാൻ ചോദിച്ചു:

"അച്ഛാ.. നമ്മൾ ചർച്ച ചെയ്യുന്നത് മസ്തിഷ്കത്തെക്കുറിച്ചല്ലെ. മസ്തിഷ്കവും അനിലിന്റെ ഭൂമിയും തമ്മിലെന്താ ബന്ധം. അച്ഛൻ പറഞ്ഞ ഉദാഹരണമൊന്നും എനിക്ക് പിടികിട്ടുന്നില്ല."

അച്ഛൻ ചിരിച്ചു. എന്നിട്ട് അമ്മയെ നോക്കി. അമ്മ എന്നെ നോക്കി ചിരിച്ചപ്പോൾ ഞാൻ അമ്മയോട് ചോദിച്ചു:

"അമ്മയ്ക്ക് വല്ലതും പിടികിട്ടിയോ?"

അമ്മ തന്റെ മുഖത്തെ പുഞ്ചിരി മായ്ക്കാതെ ഇങ്ങനെ പറഞ്ഞു:

"മോനെ.. അച്ഛൻ പറഞ്ഞതിൽനിന്ന് നാം മനസ്സിലാക്കേണ്ടത് ഇതാണ്. നമ്മുടെ തലച്ചോറ് നാം വേണ്ട രീതിയിൽ ഉപയോഗിച്ചില്ലെങ്കിൽ അനിലിന്റെ ഭൂമിപോലെ നമ്മുടെ ജീവിതം ഒന്നിനും കൊള്ളാതാവും."

"അമ്മ പറഞ്ഞത് ശരിയാണോ അച്ഛാ?"

ഞാൻ അച്ഛന്റെ മറുപടിക്കായി കാതുകൂർപ്പിച്ചു.

അച്ഛൻ പറഞ്ഞു:

"അമ്മ പറഞ്ഞത് ശരിയാണ്. അതോടൊപ്പം ഒന്നുകൂടി ഞാൻ കൂട്ടിച്ചേർക്കാം. നമ്മുടെ തലച്ചോറിലെ വെറുതെ കിടക്കുന്ന വലിയൊരു ഭാഗത്തിന് എപ്പോഴും എന്തെങ്കിലും പണികൊടുത്തുകൊണ്ടിരിക്കണം. കൊടുക്കുന്ന പണി നമുക്കും നമ്മുടെ സമൂഹത്തിനും നല്ലതിനുള്ള പണിയായിരിക്കണം. നമ്മുടെ തലച്ചോറ് ചീത്ത ചിന്തയ്ക്ക് വേണ്ടി ഉപയോഗിച്ചാ അനിലിന്റെ ഭൂമിപോലെ നമ്മുടെ തലച്ചോറിനകത്തും നമ്മെ നശിപ്പിക്കുന്ന ചിന്തകൾ കുമിഞ്ഞുകൂടും. അങ്ങനെ കുമിഞ്ഞു കൂടിയാൽ സമൂഹത്തിനകത്തെ നമ്മുടെ സ്ഥാനത്തിന് നിലയും വിലയും ഒന്നും ഉണ്ടാവില്ല. അനിലിന്റെ കാടുപിടിച്ച ഭൂമികാണുമ്പോൾ നമുക്ക് തോന്നുന്നതു പോലെയാവും നമ്മുടെ ജീവിതം കാണുമ്പോൾ മറ്റുള്ളവരും നമ്മെ വിലയിരുത്തുന്നത്. സംഗതി ഇത്രേയുള്ളു. നമ്മുടെ തലച്ചോറ് വേണ്ടപോലെ ഉപയോഗിക്കാൻ നമ്മൾ ശീലിക്കണം. ഒരു ഇടവും വെറുതെ ഇടരുത്. നമ്മൾ കാണുന്നതും കേൾക്കുന്നതും ചിന്തിക്കുന്നതും

വിചാരിക്കുന്നതും ചെയ്യുന്നതും എല്ലാം പരിണാമപ്പെടുത്തേണ്ടത് നമ്മുടെ തലച്ചോറ് എന്ന നമ്മുടെ സ്വന്തം ഗുരുവിന്റെ ശിക്ഷണത്തിൽ ആയിരിക്കണം. എപ്പോഴും എടുത്ത് വിശകലനം ചെയ്യാൻ പാകത്തിൽ തലച്ചോറിനകത്തെ ഓർമ്മകളുടെ അറകൾ ഉപയോഗപ്പെടുത്തണം. നമ്മുടെ തലച്ചോറെന്ന് പറയുന്നത് അനേകം പണിശാലകൾ ചേർന്നൊരു വലിയ ഫാക്ടറിയാണ്. ഈ ഫാക്ടറി പ്രവർത്തിക്കാൻ ഇവിടെ ഒരു തൊഴിലാളിയെ ഉള്ളു. അത് തലച്ചോറിന്റെ ഉടമതന്നെയാണ്. ഉടമ ഉദാസീനത കാട്ടിയാൽ ഉടമയുടെ വ്യക്തിത്വത്തിന് ഇടിവ് പറ്റും. അത് നമുക്ക് കിട്ടിയ മനുഷ്യജന്മത്തെ പാഴാക്കിക്കളയലാണ്. അതുകൊണ്ട് നമുക്ക് മണ്ടന്മാരാകാതിരിക്കാനും മിടുക്കന്മാരാവാനും ശ്രമിക്കാം."

അച്ഛൻ അങ്ങനെ ഓരോന്ന് പറഞ്ഞുകൊണ്ടിരിക്കെ അമ്മ ഇടയ്ക്ക് കയറി പറഞ്ഞു:

"നിങ്ങള് ചെക്കന് പറഞ്ഞ് കൊടുക്കുന്നതൊക്കെ സത്യം തന്നെ. എന്നാ ചെക്കനിതൊന്നും മനസ്സിലാക്കിയെടുക്കാനുള്ള പ്രായമല്ല. അതുകൊണ്ട് ലളിതമായി ഞാൻ പറയാം."

അമ്മ എന്റെ നേരെ തിരിഞ്ഞുകൊണ്ട് തുടർന്നു:

"ഈ പ്രപഞ്ചത്തെ ഉൾക്കൊള്ളുവാനുള്ള സംവിധാനം നമ്മുടെ തലച്ചോറിനകത്തുണ്ട്. അത് പരമാവധി ഉപയോഗിക്കാൻ നമ്മൾ പഠിക്കണം. ഒരു ചെടിക്ക് വെള്ളവും വളവും കൊടുത്ത് വളർത്തുന്നതുപോലെ നമ്മൾ നമ്മുടെ തലച്ചോറിനെ ഉപയോഗിച്ചാൽ അതിന്റെ പ്രവർത്തനം നമ്മെ വലിയവനാക്കുക തന്നെ ചെയ്യും. ഇതാണ് തലച്ചോറിന്റെ ഒരു വശം. ഇതിന്റെ ശാസ്ത്രീയത മോൻ വലിയ ക്ലാസിലെത്തുമ്പോൾ വ്യക്തമായി പഠിക്കാൻ പറ്റും കേട്ടോ."

അതും പറഞ്ഞ് അമ്മ ഞങ്ങൾക്കരികിൽ നിന്ന് എഴുന്നേറ്റ് അടുക്കളയിലേക്ക് ചെല്ലുമ്പോൾ പറഞ്ഞു:

"അടുപ്പത്തെ ചോറിപ്പോ വെള്ളം വറ്റി വെന്ത് ചീഞ്ഞ് തലച്ചോറ് പോലെ ആയിട്ടുണ്ടാവും."

അമ്മയുടെ ഉപമ കേട്ട് ഞാനും അച്ഛനും ചിരിച്ചു.

അന്ന് വൈകുന്നേരം ഞാൻ അച്ഛനും അമ്മയും നേരത്തെ തലച്ചോറിനെക്കുറിച്ച് പറഞ്ഞതെല്ലാം ഓരോന്നായി ഓർത്തെടു

ത്തുകൊണ്ട് കോലായിൽ ഇരിക്കുമ്പോൾ അച്ഛൻ അരികിൽ വന്ന് ചോദിച്ചു:

"മോൻ എന്താ ഒറ്റയ്ക്കിരുന്ന് ആലോചിക്കുന്നെ?"

ഞാൻ പറഞ്ഞു:

"ഞാൻ തലച്ചോറിന് പണികൊടുക്കുവാ."

"എന്തു പണി?"

"ഓർമ്മശക്തി ഇരട്ടിയാക്കാനുള്ള സൂത്രപ്പണി. അച്ഛനും അമ്മയും ഇന്ന് കാലത്ത് എനിക്ക് പറഞ്ഞുതന്നതൊക്കെ ഞാൻ ഓർത്തോർത്തെടുത്ത് ഓർമ്മ പുതുക്കുകയാണ്."

എന്റെ മറുപടി കേട്ട് അച്ഛൻ എന്റെ കൈപിടിച്ച് കുലുക്കി എന്നെ അഭിനന്ദിച്ചു. എന്നിട്ട് പറഞ്ഞു:

"ഓരോ ദിവസത്തേയും ഉദയം തൊട്ട് അസ്തമയം വരെയുള്ള നിന്റെ അനുഭവങ്ങളും കാഴ്ചകളും പാഠങ്ങളും അതാത് ദിവസം ഉറങ്ങുന്നതിനുമുമ്പ് ഓർത്തെടുക്കുന്നത് ശീലമാക്കണം. അത് നിന്റെ ഓർമ്മശക്തിയെ ഉന്നതിയിൽ എത്തിക്കും. നിന്റെ അമ്മയെപ്പോലെ. എന്താ അങ്ങനെ ചെയ്തൂടെ?"

"ഞാൻ ചെയ്യുന്നുണ്ടല്ലോ അച്ഛാ. ഡയറി എഴുത്ത് അതിന്റെ ഒരു ഭാഗമല്ലെ. ഏഴു ഡയറിയിലായി രണ്ടായിരത്തി അഞ്ഞൂറ്റിയമ്പത്തിയഞ്ച് അനുഭവങ്ങൾ ഞാൻ ഏഴു വർഷംകൊണ്ട് കുറിച്ചിട്ടില്ലെ."

"രണ്ടും രണ്ടല്ലെ മോനെ. എഴുത്ത് ഭാഷയെ ഭംഗിയാക്കും. ഓർത്തെടുക്കുന്നത് ഓർമ്മശക്തിയെ ഇരട്ടിയാക്കും. മോനിത് രണ്ടും മടികൂടാതെ ചെയ്തുകൊണ്ടിരിക്കുക. അതിന്റെ ഗുണം നിനക്കുണ്ടാവും."

ദീപാങ്കുരൻ ഓർത്തു:

അച്ഛൻ അന്ന് പറഞ്ഞത് സത്യമാണ്. എന്റെ ഡയറിക്കുറിപ്പുകളും അതിനോട് ചേർത്തെടുക്കുന്ന എന്റെ ഓർമ്മകളും കൂട്ടിവെച്ചാണല്ലോ ഞാൻ എന്റെ ആത്മകഥയുടെ ആദ്യഭാഗം എഴുതുന്നത്.

ദീപാങ്കുരൻ തന്റെ ഓർമ്മകളിൽനിന്നും കാതലായ ഭാഗങ്ങൾ തന്റെ എഴുത്തിനായി ശേഖരിച്ച് വെക്കാൻ തുടങ്ങി.

ഒമ്പത്

വൈകിട്ട് വായനശാലയുടെ വാർഷികവുമായി ബന്ധപ്പെട്ട മീറ്റിങ്ങിന് പോയ പ്രകാശൻ മാഷ് വീട്ടിലേക്ക് തിരികെ വരുമ്പോൾ സന്ധ്യയായിരുന്നു. ദീപാങ്കുരൻ അപ്പോൾ തലച്ചോറിന്റെ ചിത്രം വരച്ച് അതിൽ അമ്മ തൊട്ടുകാണിക്കുന്ന സ്ഥലത്ത് സെറിബ്രവും സെറിബല്ലവുമൊക്കെ അടയാളപ്പെടുത്തുകയായിരുന്നു. അപ്പോൾ കോലായിലേക്ക് കയറി വന്ന പ്രകാശൻ മാഷ് ഭാര്യയോട് പറഞ്ഞു:

“ആത്മജേ.. വായനശാലാ കമ്മിറ്റിയുടെ ഇന്നത്തെ യോഗത്തിൽ നമ്മേ സന്തോഷിപ്പിക്കുന്ന ഒരു തീരുമാനം ഉണ്ടായിട്ടുണ്ട്. നമ്മുടെ മോൻ എഴുതുന്ന ആത്മകഥ വായനശാലാ കമ്മിറ്റി പ്രസിദ്ധീകരിക്കും. അത് അടുത്ത മാസം അവസാനം നടക്കുന്ന വാർഷികാഘോഷ ചടങ്ങിൽ വെച്ച് പ്രകാശനം ചെയ്യും.”

ദീപാങ്കുരൻ അച്ഛനെ നോക്കി.

“ഞാൻ ആത്മകഥ എഴുതാൻ തീരുമാനിച്ചത് അച്ഛൻ വായനശാലയിൽ പാട്ടാക്കിയല്ലെ.”

പ്രകാശൻ മാഷ് ചിരിച്ചു.

“ഞാനല്ല മോനെ പാട്ടാക്കിയത്. നിന്റെ സഹപാഠി അനിലിന്റെ അച്ഛനാ. നീ അനിലിനോട് പറഞ്ഞത് അവൻ അവന്റെ അച്ഛനോട് പറഞ്ഞു. അവന്റെ അച്ഛനത് വായനശാ

ലയുടെ മീറ്റിങ്ങിൽ പറഞ്ഞു. എന്നാ അത് നമുക്ക് പ്രസിദ്ധീകരിക്കാമെന്നായി കമ്മിറ്റി."

പ്രകാശൻ മാഷ് സന്തോഷത്തോടെ മകനെ കെട്ടിപ്പിടിച്ചു. ആത്മജ ടീച്ചറും ആ സന്തോഷത്തിൽ പങ്കുചേർന്നപ്പോൾ ദീപാങ്കുരൻ പറഞ്ഞു:

"എഴുത്ത് മനസ്സിലിപ്പോഴും പൂർത്തിയായിട്ടില്ല. ആകെ ചിതറിക്കിടക്കുവാ. എല്ലാം അടുക്കും ചിട്ടയോടുംകൂടി കടലാസിൽ ചേർത്ത് വെക്കണമെങ്കിൽ ഇത്തിരി ദിവസം മതിയോ?. അച്ഛൻ ഒരിക്കൽ പറഞ്ഞിട്ടില്ലെ വായന അത് സ്വീകരിക്കുന്നവന്റെ മനസ്സിനെ കീഴ്പ്പെടുത്തണമെങ്കിൽ എഴുത്ത് നന്നാകണമെന്ന്."

പ്രകാശൻ മാഷ് ചിരിച്ചു:

"എന്താ എന്റെ മോന് ആത്മവിശ്വാസം നഷ്ടപ്പെട്ടോ? നിന്റെ എഴുത്ത് എല്ലാവരും ഇഷ്ടപ്പെട്ടതാണ്. കഴിഞ്ഞ മൂന്ന് വർഷവും നീ വായനശാലയുടെ കൈയെഴുത്ത് മാസികയിൽ കഥയെഴുതി. പഞ്ചായത്ത് തലത്തിലും ജില്ലാ തലത്തിലും നീ നിന്റെ വിദ്യാലയത്തെ പ്രതിനിധീകരിച്ച് കഥാ രചനയ്ക്ക് ഒന്നാം സ്ഥാനംതന്നെ നേടിയെടുത്തു. ഒന്നും മുൻകൂട്ടി എഴുതിയതല്ലല്ലോ. ഒരു വിഷയം കിട്ടി. ഒരു മണിക്കൂറിനുള്ളിൽ നീ അത് കഥയാക്കി. നീ ഒന്നാം സ്ഥാനത്ത് വന്നത് പത്തമ്പതുപേരെയെങ്കിലും പിന്നിലാക്കിയാണെന്ന് മനസ്സിലാക്കണം. എഴുത്ത് നിനക്ക് വഴങ്ങിക്കഴിഞ്ഞു. ഇന്നത്തെ പ്രഭാത സവാരിയിൽ നീ പറഞ്ഞതൊക്കെ കടലാസിലാക്കാൻ ഇത്തിരി ദിവസം തന്നെ അധികാ. എഴുത്ത് ഇന്നു തന്നെ നടക്കട്ടെ. ഒന്നാം വായന തിരുത്താനും കൂട്ടിച്ചേർക്കാനും ഉള്ളതാണ്. രണ്ടാം വായന പകർത്തി എഴുതാനുള്ളതാണ്. പതുക്കെചെയ്താലും പകർത്തി എഴുത്ത് പൂർത്തിയാക്കാൻ രണ്ടാഴ്ച മതിയാവും. വായനശാലക്കാർ പറഞ്ഞ ദിവസം നോക്കുകയാണെങ്കിൽ പിന്നെയും കിടക്കുന്നു ഒരാഴ്ച ബാക്കി. എന്താ ഞാൻ പറഞ്ഞത് ആത്മവിശ്വാസത്തിൽ എടുത്തൂടെ?"

ദീപാങ്കുരൻ അച്ഛന്റെ കണക്കുകൂട്ടലുകൾ അംഗീകരി

ച്ചപ്പോൾ അവന്റെ അമ്മ പറഞ്ഞു:

"ദീപാങ്കുരൻ എഴുതുന്ന ആത്മകഥ ഒരു ആമുഖം മാത്രമല്ലേ. എന്റെ ഒരഭിപ്രായം പറയട്ടെ. സമ്മാനം കിട്ടിയ ഒരുപാട് കഥകളില്ലെ ദീപൂവിന്റേത്. അതൊക്കെ ചേർത്തൊരു പുസ്തകമാക്കുന്നതല്ലെ നല്ലത്."

അമ്മയുടെ അഭിപ്രായത്തിനുള്ള മറുപടി അച്ഛനിൽനിന്നും ഉണ്ടാവുന്നതിനു മുമ്പേ ദീപാങ്കുരൻ പറഞ്ഞു:

"അത് വേണ്ടമ്മെ. എനിക്ക് കിട്ടിയ ഈ അവസരം ഞാൻ ഭംഗിയായി ഉപയോഗപ്പെടുത്തിക്കൊള്ളാം. പിന്നെ എന്റെ ആദ്യ കഥാ സമാഹാരം എന്റെ സ്കൂളിനുള്ളതല്ലെ. വരുന്ന വർഷമല്ലെ എന്റെ സ്കൂളിന്റെ നൂറാം വാർഷികം. അന്ന് പ്രകാശനം ചെയ്യാൻ തീരുമാനിച്ചിരിക്കുന്ന എന്റെ കഥാസമാഹാരത്തിന്റെ പ്രസാധകരും എന്റെ വിദ്യാലയം തന്നെയാണല്ലോ. ഇതൊക്കെ എന്റെ അച്ഛനും അമ്മയും ഇത്രപെട്ടെന്ന് മറന്നോ?"

"മറന്നതല്ല മോനെ. പത്ത് മുപ്പതോളം കഥയില്ലേ. അതിൽ പാതിയല്ലേ സ്കൂളുകാർക്ക് വേണ്ടൂ. പാതി വെറുതെ കിടക്കല്ലേ. എഴുതി വെച്ചത് പുസ്തകമാകട്ടേന്ന് കരുതി പറഞ്ഞതാ."

ആത്മജ ടീച്ചറുടെ മറുപടി കേട്ടപ്പോൾ പ്രകാശൻ മാഷ് പറഞ്ഞു:

"ആ പാതി അവിടെ കിടക്കട്ടെ. ഇപ്പോ ഇവൻ തുടങ്ങിവെച്ചത് പൂർത്തിയാക്കട്ടെ. വായനശാല കമ്മിറ്റി താല്പര്യമെടുത്ത് പറഞ്ഞതല്ലെ. കിട്ടിയ അവസരം കളയേണ്ട."

പ്രകാശൻ മാഷിന്റെ അഭിപ്രായം ആത്മജ ടീച്ചർ ശരിവെച്ചു. ശേഷം ഭക്ഷണം കഴിക്കാനുള്ള തീരുമാനവുമായി അവർ അടുക്കളയിലേക്ക് ചെന്നു.

ദീപാങ്കുരൻ അപ്പോഴും ഓരോന്ന് ആലോചിക്കുകയായിരുന്നു.

ഞായറാഴ്ച ദിവസങ്ങളിൽ ഞങ്ങൾ നേരത്തെ തന്നെ ഭക്ഷണം കഴിക്കും. രാത്രി ഭക്ഷണം കഴിഞ്ഞാൽ ഒന്നൊന്നര മണിക്കൂറോളം പൂമുഖത്തെ വെളിച്ചം കെടുത്തി ആകാശത്തിന്റെ വെളിച്ചത്തിൽ മുറ്റത്തേക്കുള്ള പടിമേൽ ഇരുന്ന് വലപ്പോഴും

വരുന്ന കാറ്റേറ്റുകൊണ്ട് നാട്ടുവിശേഷങ്ങളും പഴങ്കഥകളും പങ്കുവെക്കുക ഞങ്ങളുടെ ശീലമാണ്. എല്ലാ വർത്തമാനങ്ങളിലും ഒത്തിരി താരതമ്യപഠനങ്ങൾ ഉണ്ടാവും. ഗ്രാമീണ മേഖലകളിലാണ് ഏറ്റവും കൂടുതൽ മാറ്റങ്ങൾ ഉണ്ടായതെന്ന് അച്ഛന്റെയും അമ്മയുടെയും വർത്തമാനങ്ങളിൽനിന്നും ഞാൻ മനസ്സിലാക്കിയെടുത്തിട്ടുണ്ട്. പണ്ടൊക്കെ നോക്കെത്താദൂരത്ത് വയൽ നിറയെ നെൽകൃഷിയായിരുന്നു. കൊയ്ത്ത് തുടങ്ങിയാൽ നമ്മുടെ വീട്ടിന്റെ തെക്കേ ഇടവഴിയിലൂടെ പെണ്ണുങ്ങൾ തലയിൽ കറ്റകളുമായി നിരനിരയായി പോകുന്ന കാഴ്ച അച്ഛൻ തന്റെ ഓർമ്മകളിൽനിന്നും എടുത്ത് എനിക്ക് പറഞ്ഞുതരും. പെണ്ണുങ്ങൾ കറ്റകളുമായി പോകുമ്പോൾ അവരറിയാതെ പിന്നാലെ കൂടി കതിർമണികൾ വലിച്ചെടുക്കാറുള്ളതും ചിലപ്പോൾ പെണ്ണുങ്ങളുടെ വഴക്ക് കേൾക്കാറുള്ളതുമൊക്കെ അച്ഛൻ രസകരമായി പറയുമ്പോൾ അച്ഛന്റെ ബാല്യകാലമാണ് സുന്ദരമെന്ന് എനിക്ക് തോന്നാറുണ്ട്.

അമ്മ പറയും:

"പണ്ടൊക്കെ കൊയ്ത്തു കഴിഞ്ഞ വയലിനെ ആരും വെറുതെ ഇടാറില്ല. ചിലർ ഉഴുന്ന് കൃഷി നടത്തും. വയലിന്റെ ഉടമ തന്നെ പച്ചക്കറി കൃഷി ചെയ്യും. അയൽവാസികൾക്കും നാട്ടുകാർക്കും കൃഷി ചെയ്യാൻ വയല് കൊടുക്കും. ഓരോ കണ്ടത്തിലും പച്ചക്കറിക്ക് വെള്ളം ഒഴിക്കാൻ ഒന്നരയാൾ ആഴത്തിൽ കുണ്ട് കുഴിക്കും. കുഴിയിൽ ഇറങ്ങാൻ പടവുകൾ ഉണ്ടാവും. മൺപാനിയിലാണ് വെള്ളം കോരിയെടുക്കുക. ഇരുകൈകളിലും വെള്ളം നിറച്ച പാനികൾ ഉണ്ടാവും. രാവിലെയും വൈകുന്നേരവുമാണ് പച്ചക്കറിക്ക് വെള്ളം ഒഴിക്കുക. പച്ചക്കറി കൃഷി കഴിഞ്ഞാൽ വെള്ളത്തിനുവേണ്ടി കുഴിച്ച കുഴി മൂടും. പിന്നെ ഉഴുന്ന് കൃഷിയാണ്. അത് കഴിഞ്ഞാൽ വീണ്ടും നെൽകൃഷി. അതൊരു കാർഷിക ചക്രമായിരുന്നു. ഇന്നതൊക്കെ പോയി. ഇന്ന് നമ്മുടെ മക്കൾക്ക് കാണാൻ വയലില്ല. കളിക്കാൻ ഭൂമിയില്ല. എല്ലാം നികത്തപ്പെട്ടിരിക്കുന്നു. അവിടെയൊക്കെ വീട് മുളച്ച് പൊന്തിയിരിക്കുന്നു."

അച്ഛനും അമ്മയും അങ്ങനെ ഓരോന്ന് പറഞ്ഞ് കൊണ്ടിരിക്കും.

മാങ്ങ പെറുക്കാൻ പോയത്, ഒറ്റിക്കൂക്കി കളിച്ചത്, ഡപ്പ കളിച്ചത്. സോടികളിച്ചത്. ആഹിയാല് കളിച്ചത്. ബെരിക്കുത്ത് കളിച്ചത്. ചേരിയും കോലും കളിച്ചത്. ഇട്ടിയും കോലും കളിച്ചത്. കൊത്തൻകല്ല് കളിച്ചത്. നെര കളിച്ചത്. ചോറും കറിയും വെച്ച് കളിച്ചത്. നൂറാംകൊള്ളി കളിച്ചത്. അങ്ങനെ എത്രയെത്ര കളികളാണ് കാലം കൊണ്ടുപോയത്.

അച്ഛനും അമ്മയും ഓർത്തെടുത്തതൊക്കെ ഞാൻ അടുത്ത ദിവസം സ്കൂളിൽ പോകുമ്പോൾ അനിലിനോട് പറയും. ഒരിക്കൽ നാടൻ കളികളെക്കുറിച്ച് പറഞ്ഞപ്പോ അവൻ പറഞ്ഞു:

കമ്പവലി, കബഡി, ചെസ്സ് കളി, പന്തുകളി, ക്രിക്കറ്റ് കളി. അങ്ങനെ വലിയ വലിയ കളികളൊക്കെ നിലനില്ക്കുന്നത് മത്സരങ്ങൾ ഉള്ളതുകൊണ്ടല്ലേ. നാടൻ കളികളെ തിരിച്ചുകൊണ്ട് വരണമെങ്കിൽ ഗ്രാമീണ ഉത്സവങ്ങളിൽ നാടൻ കളി മത്സരങ്ങൾ കൊണ്ടുവരണം. അതിന് മുമ്പായി പഴമക്കാരിൽനിന്നും നാടൻ കളികളും നിയമങ്ങളും പഠിക്കണം. അതിനുള്ള അവസരം ഉണ്ടാക്കണം.

അനിലിന്റെ അഭിപ്രായം പലതവണ ഞാൻ അച്ഛനോട് പറഞ്ഞതാണ്. അച്ഛനും അത് പലതവണ വായനശാല കമ്മിറ്റിയിൽ അഭിപ്രായപ്പെട്ടതാണ്. ഒരു ഫലവും ഇന്നുവരെ ഉണ്ടായില്ല.

പതിവുപോലെ രാത്രി ഭക്ഷണം കഴിഞ്ഞ് പൂമുഖത്തെ പടിയിൽ വന്നിരുന്നപ്പോൾ പെട്ടെന്ന് പഴയ കാര്യം ഓർത്ത ഞാൻ അച്ഛനോട് പറഞ്ഞു:

“ഇത്തവണത്തെ വായനശാല വാർഷികത്തിന് നാടൻ കളി അവതരണവും വേണമെന്ന് ഞാൻ കമ്മിറ്റി ഭാരവാഹികളോട് പറയാൻ പോകുകയാണ്. അച്ഛൻ പറഞ്ഞത് അനുസരിക്കാത്തവർ ഞാൻ പറഞ്ഞത് അനുസരിക്കാൻ വഴിയില്ല. എന്നാലും ഒന്ന് പറഞ്ഞു നോക്കാലല്ലോ. അല്ലെ അച്ഛാ?”

അച്ഛൻ അമ്മയെ നോക്കി. അമ്മ പറഞ്ഞു:

"ഓനൊന്ന് പറഞ്ഞ് നോക്കട്ടെ. നമ്മുടെ കുട്ടിക്കാലം നമ്മുടെ കുട്ടികൾക്കും കിട്ടുകായെന്നത് നിഷ്കളങ്കമായ കാര്യമല്ലെ."

അമ്മയുടെ അഭിപ്രായം അച്ഛൻ അംഗീകരിച്ചപ്പോൾ എനിക്ക് സന്തോഷമായി. എന്റെ സന്തോഷം കണ്ട് അച്ഛൻ പറഞ്ഞു:

"നിന്റെ ആത്മകഥയുടെ ആമുഖം അവസാനിപ്പിക്കുന്നത് നാടൻ കളികളുടെ തിരിച്ചുവരവിന് മുൻകൈ എടുത്ത നായകനെന്ന രേഖപ്പെടുത്തലോടെ ആകട്ടെ. എന്താ?"

"അച്ഛന്റെ അനുഗ്രഹം ഒരിക്കലും പാഴായിട്ടില്ലല്ലോ. പുസ്തക പ്രകാശനം നടക്കുമെന്ന് ഉറപ്പ്. കൂടെ നാടൻ കളി അവതരണവും ഉണ്ടാവും. കമ്മിറ്റി തയ്യാറായില്ലെങ്കിൽ അച്ഛനും അമ്മയും തയ്യാറായാമതിയല്ലോ. ഞാൻ എന്റെ സ്കൂളിൽ പറയാം. ടീച്ചർമാർക്കും കുട്ടികൾക്കും ഇഷ്ടാവും. സ്കൂളിന്റെ വാർഷികത്തിനും അവതരിപ്പിക്കാലോ. ഞാനും അനിലും നാളെത്തന്നെ ഇക്കാര്യം സ്കൂളിൽ പറഞ്ഞ് ഒരു തീരുമാനത്തിലെത്തും. തീർച്ച.

എന്റെ ഉത്സാഹത്തിന് അച്ഛനും അമ്മയും പൂർണ്ണ പിന്തുണ നൽകിയ ശേഷം അച്ഛൻ പറഞ്ഞു:

"ഇന്നത്തെ പ്രഭാത സവാരിയിൽ നീ ആത്മകഥയ്ക്ക് ആമുഖമായി ചിലകാര്യങ്ങൾ പറഞ്ഞ് വെച്ചല്ലോ. ഇനി അതോടൊപ്പം കൂട്ടിച്ചേർക്കാൻ നിന്റെ ബാല്യം നിന്നെ ഓർമ്മപ്പെടുത്തുന്ന കാതലായ വല്ലതും ഉണ്ടോ?"

"എന്റെ ബാല്യം എന്നു പറയുന്നത് എന്റെ വീടും നാടും വിദ്യാലയവും തന്ന അനുഭവങ്ങളല്ലെ അച്ഛാ. വീടിനും വിദ്യാലയത്തിനും ഇടയിൽ എന്റെ കുഞ്ഞു മനസ്സ് പരിശീലിച്ചത് അടുത്തുള്ളവരെ അറിയാനാണ്. അച്ഛനാണല്ലൊ എന്റെ പരിശീലകൻ. കല്ലുവെട്ടുകാരനായ ഉറുട്ടിയേട്ടനും, കട്ടി ലെൻസുള്ള കണ്ണട വെച്ച മീൻകാരി ജാനകിയേച്ചിയും, ചിരട്ടകൊണ്ട് കയിലുണ്ടാക്കി വില്പന നടത്തുന്ന ശങ്കരേട്ടനും, തെയ്യം കെട്ടുന്ന കണ്ണേട്ടനും, പാട്ടത്തിനെടുത്ത മാങ്ങ പറിക്കാൻ വലക്കൊക്കയുമായി വരുന്ന കുഞ്ഞിമമ്മതിക്കയും, വളപ്പ് കൊത്താൻ വരുന്ന

കൃഷ്ണേട്ടനും, കിണറ് വൃത്തിയാക്കാൻ വരുന്ന കുമാരേട്ടനും, കുരുമുളക് പറിക്കാൻ വരുന്ന മാധവേട്ടനും അങ്ങനെ എത്ര യെത്ര മനുഷ്യരുടെ ജീവിത സംസ്കാരങ്ങളാണ് എന്റെ ഓർമ്മ കളിലൂടെ കടന്നുപോകുന്നത്. അവരുടെ പെരുമാറ്റ ഭാഷ യിലൊക്കെ എനിക്ക് സ്നേഹം മാത്രമേ അനുഭവിക്കാൻ ഉണ്ടാ യിരുന്നുള്ളു. ഒരു കുഞ്ഞെന്ന നിലയിൽ അവർ എനിക്കുതന്ന ലാളനകൾ ഞാൻ എന്റെ ആത്മകഥയിൽ ഓർത്തുവെക്കുക തന്നെ ചെയ്യും. കാരണം അവരുടെ ജീവിതം എനിക്ക് കാട്ടി ത്തന്നത് ഹൃദയത്തിന്റെ ഭാഷയാണ്. ആ ഭാഷയെ എങ്ങനെ യാണ് ഞാൻ നിഷേധിക്കുക."

"അപ്പോ നിന്റെ ബാല്യകാല ആത്മകഥയിൽ മൂന്ന് ഭാഗങ്ങ ളായി. ഒന്ന് വീട്. രണ്ട് നാട്. മൂന്ന് വിദ്യാലയം. ഇനി നാലാമത് വല്ലതുമുണ്ടോ മോനെ?"

അമ്മയുടേതായിരുന്നു ചോദ്യം.

ഞാൻ പറഞ്ഞു:

"നാലാമതായി ഒന്നും ഇല്ല അമ്മേ. ഞാൻ കൂടുതലായും പറയാൻ ആഗ്രഹിക്കുന്നത് അച്ഛനേയും അമ്മയേയും കുറി ച്ചാണ്. രണ്ടുപേരും സൂത്രശാലികളാ. ജനിക്കാൻ പോകുന്ന കുഞ്ഞ് എങ്ങനെ വളരണമെന്ന ദീർഘവീക്ഷണം എന്റെ അച്ഛനും അമ്മയ്ക്കും ഉണ്ടായിരുന്നു. രണ്ട് ഗുരുക്കന്മാരും ഗർഭഗൃഹത്തിൽ കിടക്കുകയായിരുന്ന എനിക്ക് രസകരമായ അനുഭവങ്ങളിലൂടെ ബുദ്ധിയും ശക്തിയും വേണ്ടുവോളം തന്ന് ആരോഗ്യവാനാക്കി. നിങ്ങളുടെ ഇടപെടലുകളുടെ സൗന്ദര്യ മാണ് എന്റെ ബാല്യത്തെ മനോഹരമാക്കിയത്."

അപ്പോ അച്ഛൻ അമ്മയോട് പറഞ്ഞു:

"ചെക്കൻ എത്ര മനോഹരമായിട്ടാണ് സംസാരിക്കുന്നത്."

ഞാൻ ചിരിച്ചു:

"അമ്മ എനിക്ക് പറഞ്ഞുതന്ന കഥകളും അച്ഛൻ വായിപ്പിച്ച പുസ്തകങ്ങളും ഇവ രണ്ടിൽനിന്നും ഇരുവരും കണ്ടെത്തി പറഞ്ഞ പുതിയ അറിവുകളും എനിക്ക് പ്രിയപ്പെട്ടതല്ലെ. വിദ്യാല യത്തിൽ നിന്ന് കിട്ടുന്ന അറിവ് കൂടുതൽ മാർക്ക് വാങ്ങാനാ

ണെങ്കിൽ വീട്ടിൽനിന്നും നാട്ടിൽനിന്നും കിട്ടുന്ന അറിവ് മാർക്ക് വാങ്ങാൻ മാത്രമുള്ളതല്ലല്ലോ. അത് നമ്മുടെ ജീവിതത്തെ നന്മ നിറഞ്ഞതും മനോഹരമാക്കാനും ഉള്ളതല്ലെ."

എന്റെ വാക്കുകൾ കേട്ട് അച്ഛൻ എന്നെ ചേർത്ത് പിടിച്ചു. അപ്പോ അമ്മ എന്റെ തലയൽ സ്നേഹത്തോടെ തലോടിക്കൊണ്ട് പറഞ്ഞു:

"ദീപാങ്കുരന്റെ ആത്മകഥ എഴുത്ത് ഒരു പരിശീലനമാണ്. പരിശീലനം ശീലമാവുമ്പോഴാണ് എഴുത്ത് ഗംഭീരമാവുക. അനുഭവവും അറിവുമാണ് എഴുത്തിന്റെ നല്ല വളം. ഒരു ചെടി പൂക്കുന്നതും കായ്ക്കുന്നതും അതിന് നല്ലവളവും പരിചരണവും കിട്ടുമ്പോഴല്ലെ. അതുപോലെ എഴുത്തിനെ പൂക്കാനും കായ്ക്കാനും അനുവദിക്കണം. അങ്ങനെ ആയാൽ അതിന്റെ മണവും മധുരവും എക്കാലവും നിലനില്ക്കും."

ആത്മജ ടീച്ചർ തുടർന്ന് മകനോട് ചോദിച്ചു:

"നിറച്ചാലും നിറച്ചാലും നിറയാത്തൊരു മാന്ത്രിക കുടത്തിന്റെ പേര് പറയാമോ?"

ഞാൻ ഇത്തിരി നേരത്തെ ആലോചനയ്ക്കുശേഷം പറഞ്ഞു:

"ഈ ചോദ്യത്തിനുള്ള ഉത്തരം അച്ഛൻ നേരത്തെ എനിക്ക് പറഞ്ഞുതന്നതല്ലെ. ഉത്തരം തല."

അടുത്ത ചോദ്യം അച്ഛന്റേതായിരുന്നു.

"എത്ര നിറച്ചാലും നിറച്ചാലും ഈ മാന്ത്രികക്കുടത്തിന് ഭാരം തോന്നാത്തത് എന്തുകൊണ്ടാണ്?"

"ഇതിന്റെ ഉത്തരവും അച്ഛൻ എനിക്ക് നേരത്തെ പറഞ്ഞുതന്നിട്ടുണ്ട്. ഭാരമില്ലാത ഒന്നേ ഉള്ളു ഈ ലോകത്ത്. അത് അറിവാണ്. അത് മാന്ത്രികക്കുടത്തിൽ എത്ര നിറച്ചാലും ഭാരമാവില്ലല്ലോ."

അങ്ങനെ പ്രകാശൻ മാഷും ആത്മജ ടീച്ചറും ദീപാങ്കുരനും പരസ്പരം ചോദ്യങ്ങൾ ചോദിച്ചും ഉത്തരം പറഞ്ഞും ഞായറാഴ്ച രാത്രിയെ വിനോദമാക്കിക്കൊണ്ടിരിക്കെ ഉറക്കം പതിയെ പതിയെ അവരുടെ മനസ്സിലേക്ക് കയറി വന്നുകൊണ്ടിരുന്നു.

ഒടുവിൽ ഉറക്കത്തിന് കീഴ്പ്പെട്ട് അച്ഛന്റെ മടിയിൽ തല ചായ്ച്ച് കിടന്ന ദീപാങ്കുരനെ അവന്റെ അമ്മ മാറോട് ചേർത്തെടുത്ത് അകത്തേക്ക് ചെല്ലുകയും അവന്റെ കൊച്ചു കട്ടിലിൽ അവനെ കിടത്തി മാറോളം പുതപ്പിച്ചശേഷം അവന്റെ ഓമനത്തം നിറഞ്ഞ കവിളിൽ സ്നേഹത്തോടെ ഒന്ന് തട്ടി ഒരമ്മയുടെ സ്നേഹം പ്രകടിപ്പിക്കുകയും തുടർന്ന് അടുക്കളയിലേക്ക് ചെന്ന് അന്നത്തെ അടുക്കള ജോലി അവസാനിപ്പിച്ചുകൊണ്ട് അടുക്കളയിലെ ലൈറ്റ് ഓഫാക്കുകയും ചെയ്തു.

പ്രകാശൻ മാഷും അപ്പോൾ കിടക്കാനുള്ള ഒരുക്കം കൂട്ടുകയാണ്.

ഈ സമയം ഉറക്കത്തിലായിരുന്ന ദീപാങ്കുരൻ തന്റെ സ്വപ്നത്തിൽ ഉണർന്നിരുന്ന് തന്റെ ആത്മകഥ എഴുതാൻ തുടങ്ങുകയായിരുന്നു.

www.ingramcontent.com/pod-product-compliance
Lightning Source LLC
LaVergne TN
LVHW060416051026
849518LV00007B/2580